சாணக்ய நீதி

(நீதிநெறி பற்றிய சாணக்யரின் பழமொழிகள்)

B.K. சதுர்வேதி

டைமண்ட் புத்தகத்தார்

© **Publisher**

Publisher : **Diamond Pocket Books (P) Ltd.**
X-30, Okhla Industrial Area, Phase-II New
Delhi-110020
Phone : 011-40712200
E-mail : sales@dpb.in
Website : www.diamondbook.in

Chanakya Neeti Sutra Sahit (Tamil)
By : B. K. Chaturvedi

முன்னுரை

சாணக்கியர் ஒர் சகாப்தத்தை உருவாக்கும் ஆளுமை படைத்தவர் அவருடைய காலத்தில் தான் இந்தியா அறியாமை என்னும் இருளிலிருந்து படிப்படியாக வெளியே வந்தது. பழைய கொள்கைகள் வழுவிழந்து புதிய எண்ணங்கள் உருவாக துவங்கின. அது சமுதாயத்தின் இணைக்கும் சக்தியாக இருந்த தர்மம் முரணாக விளக்கத்துக்கு ஆளானது. அடிப்படை வாதம் மதசம்பிரதாயங்களிலும் புகுந்து தலை தூக்கி ஆடியது. இந்த குழப்பத்தை பயன்படுத்தி மாமன்னன் அலெக்சாண்டர் எல்லைக்கருகே இருந்த சில சுயலநமான அரசர்களுடன் சேர்ந்து இந்தியா மீது படையெடுத்தான். சாணக்யர் ஒரு அன்னியனின் படையெடுப்பால் நிகழ்ந்த பயங்கரமான அதிர்ச்சியை உணர்ந்தார். இதற்கு முன் இந்தியா மீது படையெடுத்தவர்கள் இறுதியில் இந்தியாவிலேயே குடியேறினர். ஆனால் அவரது தீடீர் தாக்குதல் ஏற்படுத்திய அதிர்ச்சி இந்தியாவில் இருந்த குழப்பமான நிலையை அழிக்க உதவியாக இருந்தது. இதனால் துரிதமாக ஒரு புதிய நடைமுறை உருவானது. அந்த புதிய மாற்றத்திற்க்கு சாணக்கியர் ஒரு வழி காட்டியாக இருந்தார்.

சாணக்யர் பழங்காலத்தில் தேச பக்தியை மக்கள் மனதில் விதைத்த முதல் மனிதராக இருந்தார். மக்கள் அவர்களது விசுவாசத்தை தாய் நாட்டிற்கு ராஜயம் காட்ட வேண்டும் என்ற கொள்கையை வகுத்தார். முன் கூறப்பட்ட கருத்துக்கு மாறாக தேசத்தின் நன்மையே மிக உயர்ந்ததாக அவர் கருதினார்.

சர்வ வல்லமை படைத்த மத போதகர்கள் இல்லாத காரணத்தால் தவறான நம்பிக்கைகள் வளர்ந்து சமூகத்தின் தார்மீக நெறியை அழித்துக் கொண்டிருந்தது என்பதை சாணக்கியர் உணர்ந்தார். அமைப்பு முறையில் முழு தான மாற்றத்தையும் சீரமைப்பையும் உருவாக்க வேண்டும் என்று அவர் எண்ணினார். ஆனால் வழிகாட்டும் சக்தியாக யாரும் இல்லாத காரணத்தால் மக்களுக்கு இந்த புதிய அமைப்பு முறையை விளக்க முடியவில்லை. இதன் பிறகு அவர் அர்தசாஸ்திரம் மற்றும் நடைமுறை வாழ்க்கையை பற்றி அவரது எண்ணங்களின் தொகுப்பான சாணக்கிய நீதி என்று இரண்டு புத்தகங்களை எழுதினார்.

அவரது காலத்தில் வாழ்ந்த மக்கள் மனதில் நடைமுறை அறிவை விதைக்க கூடிய சக்தியாகவும் இருந்தது. அவரது இந்த போதனைகள் மிகவும் அடிப்படையாகவும் எக்காலத்திற்கும் உசிதமானதாகவும் இருக்கிறது. தெளிவான எண்ணங்களுடன் எளிமையான மொழியில் எழுதப்பட்ட இந்த கருத்துக்கள் காலத்தால் அழியாதவை. அவரது பல கருத்துக்கள் இன்றும் மேற்கோள் காட்டப்பட்டு நவீன காலத்துக்கும் அவரது கருத்துக்கள் பொறுந்தும் என்பதை காட்டுகிறது. இந்த கருத்துகளின் அடிப்படையை விளக்க அதை தற்காலக் கருத்துகளுடன் ஒப்பிட்டுள்ளோம். சில கருத்துக்கள்

மிகவும் சுருக்கமாக இருப்பதால் அதற்கு விரிவான விளக்கம் அளிக்கப்பட்டுள்ளது. சில இடங்களில் சாணக்கியர் முன் கூறிய கருத்துக்கு காட்டுகிறது. இந்த கருத்துகளின் அடிப்படையை விளக்க அதை தற்கால கருத்துகளுடன் ஒப்பிட்டுள்ளோம். சில கருத்துக்கள் மிகவும் சுருக்கமாக இருப்பதால் அதற்கு விரிவான விளக்கம் அளிக்கப்பட்டுள்ளது. சில இடங்களில் சாணக்கியர் முன் கூறிய கருத்துக்கு முரணான கருத்துக்களை கூறியுள்ளார். இது அடிப்படை உண்மையை விளக்க அவர் எடுத்த முயற்சியாக இருக்கலாம். சில இடங்களில் அவர் கூறியுள்ள கருத்துக்கள் நெறியற்றவைகளாக உள்ளன. ஆனால் அவை முதல் பார்வைக்குதான் அவ்வாறு தெரிகிறது. ஆழமாக அதன் அர்த்தத்தை நாம் உணர்ந்தால் அதன் உண்மையான விளக்கத்தை நாம் அறியலாம். பிற உயிரினங்களிடமிருந்து நாம் கற்றுக்கொள்ளகூடியவை பற்றி சாணக்கியர் கீழ்கண்டவாறு கூறுகிறார்.

" ப்ரத்துத்தானாம் ச்ச யுத்தம் ச்ச சம்விபாகாஷ் ச்ச புந்துஷ "

அதாவது சேவலிடமிருந்து நாம் நான்கு விஷயங்களை கற்றுக்கொள்ளலாம். காலையில் நம் சகோதரர்களை ஓடச்செய்து விட்டு அவர்களின் பங்கையும் நாம் எடுத்துக்கொள்வது. இந்த கருத்து நெறியற்றதாக தெரிந்தாலும் இது இயற்கை நமக்கு அளித்த அடிப்படை உணர்வாக சுற பாதுகாப்பை கற்றுக்கொடுக்கிறது. இதே முறையில் தான் சில நெறியற்ற கருத்துக்களையும் நாம் புரிந்துகொள்ள வேண்டும்.

சாணக்கியரை பற்றி அவர் சூதான திட்டங்கள் வகுத்து எந்த நிலைமையையும் திறமையாக அவரது சுலோகங்கள் இந்த கருத்துக்கு மாறாக உள்ளன. அவை சாணக்கியரை ஒரு மிருதுவான கற்பனை வளம் மிக்க கவிஞனாகவும் காட்டுகின்றன என அவர் கூறுகிறார்.

" பந்தனானி கல் சந்தி பஹுனி
ப்ரேம ரஜ்ஜு க்ரித் பந்தன்மன்யத்
தாருபெத் நிபுயோனி ஷதான்க்ரி
நிஷ்க்ரியோ பவதி பங்கஜ் கோஷே "

இதன் பொருள் பல விதமான பந்தங்கள் உண்டு ஆனால் காதல் என்ற பந்தம் மிகவும் வித்தியாசமானது. கடினமான மரத்தையே துளையிடக்கூடிய கருந்தேனீ தாமரை மலரின் மென்மையான இதழ்களால் சிறைபிடிக்கப்படுகிறது இவ்வாறான கவிதையை எழுதிய ஒருவர் அவர் எழுதிய சில பழமொழிகள் சிலருக்கு ஆட்சேபம் அளிக்கும் கருத்தாக இருக்கலாம். குறிப்பாக சமூகத்தில் பெண்ணுரிமை பற்றி பேசுபவர்கள் இந்த கருத்துக்களை ஆட்சேபிக்கலாம். சாணக்கியர் அவரது காலத்தில் வியாபித்திருந்த கருத்தை பகிர்ந்து கொள்கிறார். அவர் கூறும் கருத்துகள் இன்றும் நம் சமூதாயத்தின் சில பிரிவுகளில் நடைமுறையில் உள்ளன. இந்து

மதத்தில் இரண்டாவது அவர்கள் போகப் பொருள். அவர்கள் ஆண்களுக்கு வாழ்கைத்துணையாக இருப்பவர்கள் என்ற மேலை நாட்டு கருத்து நம் நாட்டில் இல்லை. இந்த உலகில் யாரும் உன்னதமானவர்கள் இல்லை. மிகவும் உயர்ந்த எண்ணம் கொண்ட மனிதர்களிடம் கூட ஏதாவது ஒரு குறை இருக்கும். ஒரு மனிதன் வாழும் சமூகத்தில் உருவாக்கப்படுகிறான். சாணக்கியர் இந்த சமூகத்தில் ஒரு மாற்றத்தை உருவாக்கப்படுபட்டாலும் அவரால் சில முரண்பாடான கருத்துக்களிலிருந்து விடுபட முடியவில்லை.

இந்த சிறய குறைபாடுகளை நீக்கிவிட்டால் சாணக்கியரது போதனைகள் மிகவும் அருமையானவை. அவரது எழுத்து நடைமுறை மற்றுமல்லாமல் அவரது போதனைகள் அளித்த நல்ல முடிவுகளும் இதனை நமக்கு காட்டுகின்றன. சாணக்கியர் தனது போதனைகளை கற்பித்ததோடு மட்டுமல்லாமல் அதனை நடை முறையில் செயல்படுத்தினார்.

சரித்திர பதிவுகளில் நமக்கு தெரிவது என்ன வென்றால் சாணக்கியரது போதனைகள் மூலம் சாதரண மனிதனாக இருந்த சந்திர குப்த மௌரியரை ஒரு பேரரசனாக மாற்றியது மட்டுமல்லாமல் மக்களிடம் தேச பக்தி என்ற விழிப்புணர்வை ஏற்படுத்தினார் அது வரை மக்கள் தன் இராஜ்ஜியம் என்று பிரிந்து கிடந்தனர். அவர் ஏற்படுத்திய மாற்றத்திற்கு சாட்சியாக இந்தியா மீது சமூக மற்றும் அரசியல் விதிமுறைகள் ஜனநாயகத்தை கருவாக கொண்டது. சாணக்கியர் உயர்ந்த கொள்கை காலப்போக்கில் மிக முக்கியதுவம் வாய்ந்த தாக மேம்பட்டுள்ளது.

இந்த புத்தக்தில் உபயோகித்துள்ள உரைநடை சென்ற நூற்றாண்டில் பூனாவில் வெளியிடப்பட்ட உரையிலிருந்து எடுக்கப்பட்டது. இந்த புத்தகத்தின் பழைமையை காக்கும் எந்த இடை கணிப்பும் இல்லாது இருக்க மிகவும் கவனமாக இந்த உரை எழுதப்பட்டிருந்தாலும் இதில் சில கருத்துக்கள் விளக்கத்தில் மாறுதல்கள் இருக்கலாம். இந்த புத்தக்த்தில் நாங்கள் மிகவும் அடிப்படையான பழமொழிகள் மற்றும் அனைவருக்கும் பொருந்தும் கருத்துக்கள் கூறும் இந்த முத்தான சந்தர்பத்தை வழங்கிய திரு.

B.K. *சதுர்வேதி*

பொருளடக்கம்

1. தனி நபர்

சாணக்கிய நீதியின் அடிப்படை நோக்கம் வாழ்வின் ஒவ்வொரு நடைமுறை அம்சத்தின் அறிவை போதிப்பதாகும். அந்த வகையில் அவர் நம்பிக்கை மற்றும் கலாச்சாரத்தின் பல்வேறு காரணிகளை, தனி மனித நோக்கின் படி தொட்டுள்ளார்.

செல்வம், ஊட்டம், வாழ்க்கை, உடல் யாவும் மாயை மற்றும் நிலையற்றது, தர்மம் மட்டுமே நிலையானதும் நிலைத்து நிற்பதுமாகும்.

*

கடவுளின் இருப்பிடம் மரம், கல், மண் இவற்றால் ஆன விக்ரஹங்கள் இல்லை. அவர் உணர்வுகளில் வசிக்கிறார்.

*

ஆனால் ஒருவர் உலோகம், மரம், கல், இவற்றால் ஆன கடவுள் விக்ரஹங்களை நம்பி முழு பக்தியுடன் தொழுதல் அவருக்கு விரும்பிய பலன் கிடைக்கும்.

*

கோபம் சாவாகும். காமம் (நரகின் நதி) வைதாரணி, அறிவு காமதேனு பசு மற்றும் திருப்தி (கடவுளின் தோட்டம்) நந்தவனம்.

இறைவணக்கம் (Prayer)

प्रणम्य शिरसा विष्णुं त्रैलोक्याधिपतिं प्रभुम्।
नाना शास्त्रेद्धतं वक्ष्ये राजनीति समुच्चयम्॥ 1 ॥

Pranammya Shirsaa Vishnum Trailokyaadhipatim Prabhum.
Naanaa Shaastreddhatam Vakshye Rajneeti Samuchchyam.

மூவுலகின் முதல்வானன விஷ்ணுவை வணங்குகிறேன். இப்போது பல்வேறு பிராதான களஞ்சியங்களில் கூறப்பட்ட ராஜநிதி கோட்பாடுகளை விவரிக்க தொடங்குகிறேன்.

धर्मेतत्परता मुखे मधुरता दाने समुत्साहता
मित्रेऽवञ्चकता गुरौ विनयता चितेऽपि गम्भरता।
आचरे शुचिता गुणे रिसकता शास्त्रेषु विज्ञातृता
रूपे सुन्दरता शिवे भनता त्वय्यस्ति भो राघव॥ 2 ॥

Dharme Tattpartaa Mukhe Madhurtaa Daane Samuttsaahataa
Mittreavanchakataa Guru Vinyataa Chitteapi Gambharataa.
Aachare Shuchitaa Gune Risaktaa Shaastreshu Vigyatritaa
Roope Sundartaa Shive Bhantaa Tvayasti Bho Raaghav.

நம்பிக்கையில் பக்தி, பேச்சில் இனிமை, ஈகையில் தாராளம், நட்பில் நிஷ்கபடம், குருவிடம் பணிவு, குணத்தில் ஆழம், பக்தி, திறமையில் மதிப்பு, கிரந்தங்களில் ஆழ்ந்த அறிவு, தோற்றத்தில் பொலிவு, சிவ நம்பிக்கை (அல்லது அனைத்து உயிர் நலம் பேணல் ஆகியவையே ஓ ராகவா (கடவுள் ராமன்) உனது குணாதிசயம்!

काष्ठं कल्पतरूः सुमेरूरचलश्चिन्तामणिः प्रस्तरः
सूर्यस्तीव्रकरः शशिः क्षयक निरवारिधिः।
कामो नष्टतनुर्बलिर्दितिसुतो नित्य पशुः कामगोः
नैतास्ते तुलयामि भो रघपते कस्योपभा दीयते॥ 3 ॥

Kaashtham Kalpataruh Sumerurachalashinintaamanih

Prashtarah Sooryasteevrakarah Shashih Kshayak Nirvaaridhih.
Kaamo Nashtatanurba lirditishuto Nittya Prashuh Kaamagoh
Naittaaste Tulayaami Bho Raghapate Kassyopabhaa Deeyate.

கல்பதரு (எல்லா விருப்பங்களையும் பூர்த்தி செய்யும் ஒரு தெய்வீக மரம்) மரத்தால் ஆனது. சுமேரு ஒரு குன்று, தத்துவ ஞானியின் கல் ஒரு கல்மட்டுமே கதிரவன் கதிர்கள் எரிக்கக் கூடியவை, நிலவு வளர்வது தேய்வது.

கடல் (நீர்) உப்பு கரிப்பது, காமதேவன் (காதற் கடவுள்) உடலற்றவன், பாலி என்பது ஒரு பூதம், அனைத்தும் தரும் காமதேனு ஒரு பசு ஓ ராமா! உன்னை யாருடன் ஒப்பிட இயலாது (அதாவது சிறந்த குணாதியங்கள் கொண்ட

ஒவ்வொன்றிலும் ஏதாவது ஒரு உள்ளார்ந்த குறை இருக்கும்) நீ ஒப்பில்லாதவன்.

का चिन्ता मम जीवने यदि हरिर्विश्वम्भरो गीयते
नो चेदर्भकजीवनार्थ जनीस्तन्यं कुथं निःसरेत्।
इत्यालोच्य मुहुर्महुर्यदु पते लक्ष्मीपते केवलं
त्वत्पादाम्बुजसेवनेन सततं कालो मया नीयते॥ 4 ॥

Kaa chintaa Mam Jeevane Yadi Harirvishvambharo geeyate
No chedarbhakjeevanaarth Jananeestannyam Kutham Nihsaret.
Ittyaalochaya Muhurmuhuryadu Pate Laxmipate Kevalam
Tvattapaadaambujsevanen Satatam Kaalo Mayaa Neeyate.

உலகை காக்க பகவான் ஹரி இருக்கும் போது நான் எதற்காக வாழ்வை எண்ணி கலங்க வேண்டும். அவ்வாறு இல்லையெனில் தன் குழந்தைக்காக ஒரு தாயின் தனங்கள் தானாகவே பால் நிறைந்து காணப்படுவது எங்கனம்? இதை நம்பி (உயிர்களை உருவாக்குபவன் எவனோ அவனே அதை காக்க வல்லவன்) ஓ லமியின் மணாளனே! என் வாழ்வை உன் பாதங்களில் சமர்பிக்கிறேன்.

இறைவன் (God)

5. पुष्पे गन्धं तिले तैलं काष्ठे वह्निः पयोघृतम्।

इक्षो गुडं तथादेहे पश्यात्मानं विवेकतः॥ 5 ॥

Pushpe Gandham Tile Tailam Kaashthe Vahannih Payoghritam.
Ikshau Gudam Tathaa Dehe Pashyaattmanam Vivekatah.

இறைவன் நம் உடலில் வசிக்கிறான், உயிர் மலர்களில் மணமாக உள்ளது. எண்ணை விதைகளில் எண்ணையாகவும், விறகில் நெருப்பாகவும், பாலில் நெய்யாகவும், கரும்பில் வெல்லமாகவும் உள்ளது. புத்திமான்கள் இதை புரிந்து கொள்ள வேண்டும்.

न देवो विद्यते काष्ठे न पाषाणे न मृण्मये।
भावे ही विद्यते देवस्तस्माद भावो ही कारणाम् ॥ 6॥

Na Devo Viddyate Kaashthe Na Paashaane Na Mrinnyamaye.
Bhave Hee Viddyate Devastsmaad Bhaavo Hee Kaaranam.

இறைவன் மரம், கல், அல்லது மண்ணால் ஆன விக்ரஹங்கள் இருப்பதில்லை. அவன் நம் உணர்வுகளில், எண்ணங்களில் உறைகிறான் (நம் உணர்வுகளின் வாயிலாகவே இறைவன் இந்த விக்ரஹங்களில் இருப்பதாக கொள்கிறோம்.

**अग्निहोत्रं बिना वेदा: न च दानं बिना क्रिया।
न भावेन बिना सिद्धिस्तस्माद् भावो ही कारणम् ॥ 7 ॥**

***Agnihottram Binaa Vedaah Na cha Daanam Bina Kriyaa.
Na Bhaaven Bina Siddhistasmaad Bhaavo Hee Kaaranam.***

ஹோமம் வளர்க்காமலும் ஆகுதி அளிக்காமல் வேதவங்களை பாரயானம் செய்வது தானமிடாமல் பலி கொடுப்பதை போன்று பயனற்றதாகும். எந்த ஒரு செயலிலும் வெற்றி பெற முழு ஈடுபாட்டுடன் முயற்சிக்க வேண்டும்.

**काष्ठपाषाणं धातूनां कृत्वा भावेन सेवनम्।
श्रद्धया च तथा सिद्धिस्तस्य विश्णो: प्रसादत:॥ 8 ॥**

***Kaashthapaashaanam Dhaatunaam Krittvaa Bhaaven Sevanam.
Shraddhayaa Cha Tathaa Siddhistasya Vishnoh Prasasadatah.***

ஒருவன் ஈடுபாட்டுடன் மரம், கல், அல்லது உலோக விக்ரஹங்களை வழி பட்டால் கூட இறைவன் அருளால் அவன் விரும்பிய பொருட்களையோ அல்லது சித்தியோ அடையலாம்.

**अग्निर्देवों द्विजातीनां मनीषिणं ह्रदिं दैवतम्।
प्रतिमा स्वल्पबुद्धीनां सर्वत्र समदर्शिन: ॥ 9 ॥**

***Agnirdevon Dvijaatinaam Maneeshinam Hridim Daivatam.
Pratimaa Svalpabhuddheenaam Sarvatra Samadarshinah.***

இரு முறை பிறந்தோரின் (ப்ராஹமண்) உருவம் அக்னி. ஞானிகள் தங்கள் உருவகத்தை தங்கள் மனதில் காண்பர். பாமரர் கடவுள் விக்ரஹங்களில் உறைவதாக கொண்டும், உலகை பாரபட்சமின்றி நோக்குவோர் கடவுள் உலகம் வியாபித்திருப்பதாக காண்பர்.

**कलौ दशसहस्त्रणि हरिस्तयजति मेदिनीम्।
तदद्‌र्धो जाह्वी तोयं तदद्‌र्धो ग्रामदेवता॥ 10 ॥**

***Kalau Dashasahastraani Haristasyajati Modineem.
Tadaddardho Jaahavee Toyam Tadaadaardho Graamdevataa.***

இறைவன் ஹரி (விஷ்ணு) கலியுகத்தில் பத்தாயிரம் ஆண்டுகள் பூர்த்தியானபின் பூவுலகு நீங்கினார். கங்கை இதில் பாதி ஆண்டுகள் பூர்த்தியானதும் தன் புனித நீரை உள்வாங்கிக் கொண்டாள் (அதாவது கலியுகத்தில் ஐந்தாயிரம் ஆண்டுகள் மற்றும் கிராம தேவதைகள் (உள்ளூர் தேவதைகள்) இதில் பாதி ஆண்டுகள் பூர்த்தியானதும் பூவுலகை விட்டு நீங்குகின்றன (அதாவது கலி யுகத்தில் இராண்டாயிரத்து ஐநூறு ஆண்டுகள்).

தர்மம் (Dharm)

चला लक्ष्मीश्चला: प्राणाश्चले जीवितमन्दिरे।
चलाचले च संसारे धर्म एको हि निश्चलः ॥ 11 ॥

Chalaa Laxmishchalaah Praanaashchale Jeevitmandire.
Chalaachale cha Sansaare Dharma Eko Hi Nishchalah.

செல்வம், ஊட்டம், வாழ்க்கை, மற்றும் உடல் அனைத்தும் நிலையற்றது, அழியக்ககூடியது தர்மம் மட்டுமே நிலையானதும் அழிவற்றதுமாகும்.

अनित्यानि शरीराणि विभवो नैव शाश्वतः।
नित्यं सन्निहितो मृत्युः कर्तव्यो धर्मसंग्रहः ॥ 12 ॥

Anittyaani Shareeraani Vibhavo Naiv Saashvatah.
Nittyam Sannihito Mrittuh Kartavyo Dharmasangrah.

எப்போதும் மரணத்தின் பிடியில் இருப்பதால் எல்லா செல்வமும் அழியக்கூடியது. எனவே ஒருவன் எப்போதும் நிலைத்திருக்கும் தனது தர்மத்தை கடைபிடிக்க வேண்டும். தர்மம் அற்ற உயிர் பிணத்திற்கு ஒப்பானதாகும்.

जीवन्तं मृतवन्मन्ये देहनं धर्मवर्जितम्।
मृतो धर्मेणसंयुक्तो दीर्घजीवी न संशयः ॥ 13 ॥

Jeevantam Mritvannamannye Dehanam Dharmavarjitam.
Mrito Dharmen Sanyuto Deerghajeevee Na Sanshayah.

எவனொருவன் தனக்கு விதிக்கப்பட்ட தர்மத்தை கடைபிடிக்கிறானோ அவன் இறந்த பின்னும் வாழ்கிறான். இதில் ஐயம் ஏதுமில்லை!.

ஒரு செயலின் விளைவு

यथा धेनु सहस्त्रेषु वत्सो गच्छति मातरम्।
तथा यच्च कृतं कर्म कर्तारम नुगच्छति॥ 14 ॥

Yathaa Dhenu Sahastreshu Vattso Gachhati Maatram.
Tathaa Yachcha Kritam Karma Kartaaramanugachchati.

ஒரு கன்று தன் தாய் பசுவை ஆயிரம் பசுக்களுக்கிடையே கண்டு பிடிப்பதை போல் ஒரு செயலின் விளைவு அதை செய்தவனை எந்த தவறும் இன்றி தேடிச் சேரும் (அதாவது ஒருவன் எந்த செயலை செய்தாலும் அதன் விளைவுகளில் இருந்து தப்பிக்க இயலாது).

स्वयं कर्म करोत्यात्मा स्वंय तत्फलमश्नुते।
स्वयं भ्रमति संसारे स्वंय तस्माद्विमुच्चते॥ 15 ॥

Svayam Karma Karottyaattamaa Svayam Tattphalamashnute.
Svayam Bhramati Sansaare Svayam Tasmaaddvimuchchayate.

வினைபுரிந்த மனிதனே அதன் விளைவுகளையும் அனுபவிக்கிறான். அவனே உலகில் சுற்றிச்சுற்றி வந்து ஜனன மரண சுழற்சியில் இருந்து விடுதலை அடைகிறான் (மனிதன் சுதந்திரமாக வினைபுரிகிறான். நல்லதோ கெட்டதோ அதன் விளைவையும் அவனே ஏற்கிறான். வினை மற்றும் விளைவுகளின் சுழி அமைந்துள்ளது. ஆகவே இந்த உலகில் இருந்து விடுதலை பெறும் திறனும் அவன் வசமே உள்ளது).

कर्मायतं फलं पुसां वुद्धिः कर्मानुसारिणी।
तथापि सुधियाचार्यः सुविचार्येव कुर्वते॥ 16 ॥

Karmaayattam Phalam Pusaam Buddhih Karmaanusaarini.
Tathapi Sudhiyaachaaryqah Suvichaaryava Kurvate.

மனிதன்தான் விதைத்ததை தானே அறுத்த போதிலும் அவன் புத்தியும் அவன் வினைப்பயனாக இருந்தாலும் விவேகியும் பத்திசாலியும் சாதகபாதகங்களை சீர்துக்கிப்பார்த்து செயலாற்றுவர் (இதன் பொருள் பூர்வ ஜென்ம கர்ம பலன்கள் நல்ல மற்றும் தீய விளைவுகளை இந்த ஜென்மத்தில் நிர்ணயித்தாலும், ஒருவன் நன்கு சிந்தித்து செயல்பட வேண்டும்.

आत्मापराधवृक्षस्य फलान्येतानि देहिनाम्।
दारिद्रयरोग दुःखानि बन्धनव्यसनाननि च ॥ 17 ॥

Aattmaaparaadhavrikshasya Phalaanyetaani Dehinaam.
Daaridrayarogah Duhkhaani Bandhanvuasnaani cha.

வறுமை, நோய், துக்கம், பந்தம் மற்றும் அனைத்து லௌகீக பிரேமத்தின் பழக்கங்களும் ஒரு மனிதனின் பாவத்தின் பலன்களே.

जन्मजन्मनि चाभ्यस्तंदानमध्ययन तपः।
तेनैवाभ्यासयोन देही वाऽभ्यस्यते ॥ 18 ॥

Janmajanmani Chaabhyastam Daanmaddhyayan Tapah.
Tenaivaabhyaasayon Dehi Vaabhyaste.

பல பிறவிகளின் நிலையான பயிற்சியால் ஒரு மனிதன் தவம் செய்வதற்கோ அல்லது தர்மம் செய்வதற்கோ தேவையான திறனை அறிந்து கொள்ள வேண்டும்.

அதிஷ்ர்டம் அல்லது விதி

आयुः कर्म वितञ्च विद्या निधनमेव च
पञ्चतानि हि सृज्यन्ते गर्भस्थस्यैव देहिनः ॥ 19 ॥

Aayuh Karma Vittancha Viddyaa Nidhanameva cha.
Panchtaani Hi Srijjyante Garbhasthasyaiv Dehinah.

வயது, தொழில், பொருளாதாரநிலை, கல்வி தகுதி மற்றும் மரணம் மனித வாழ்வின் இந்த ஐந்து அடிப்படைக்காரணிகளும் அவன் கருவில் இருக்கும் போதே விதிக்கப்படுகின்றன.

रंक करोति राजानं राजानं रंकमेव च।
धनिनं निर्धनचैव निर्धन धनिनं विधिः॥ 20 ॥

Ranka Karoti Raajaanam Rajaanam Rankmev Cha.
Dhaninam Nirdhanam Chaiv Nirdhanam Dhaninam vidhih.

ஒருவனின் தலைவிதியே ஆண்டியை அரசனாக்கவோ அல்லது அரசனை ஆண்டியாகவோ ஆக்குகிறது. செல்வந்தனை போண்டியாகவும், போண்டியை செல்வந்தனாகவும் ஆக்குகிறது.

पत्रं नैव यवा करीरविट पे दोषो वसन्तस्य किं
नोलूकोऽप्यवलोकयते यदि दिवा सूर्यस्य किं दूषणाम?
वर्षा नैव पतति चातकमुखे मेघस्य कि दूषणाम्
यत्पूर्व विधिना ललाट लिखितं तन्मार्जितु कःक्षमः? ॥ 21 ॥

Patram Naiv Yava Karreravit Pe dosho Vasantasya kim
Nolookooppyavalokayate Yadi Diva Sooryasya Kim Dooshanam?
Varshaa naiv Patati Chaatakmukhe Meghasya Kim Dooshanaam
Yattpoorva Vidhinaa Lalaat Likhitam Tanmanaarjitu Kah Kshamah?

கரில் மரத்தில் (கேப்பாிஸ் அபைல்லா) இலைகள் துளிர்காவிட்டால் அது வசந்த காலத்தின் குற்றமா? ஒரு ஆந்தை பகலில் பார்வை இல்லாதிருந்தால் அது கதிரவனின் குற்றமா? மலைதுளி குயிலின் (குகுலஸ் மேலனாளிகஸ்) வாயில் விழாதிருந்தால் அது மேகங்களின் குற்றமா? தலை எழுத்தான விதியை மாற்றி அமைக்கயாரால் இயலும்?(தனி மனித குறைபாடு அவன் தலை எழுத்தால் உண்டாகிறதே அன்றி வெளிப்புறசூழல் அதற்கு காரணமாகாது என சாணக்கியர் கூறுகிறார்).

ईप्सितं मनसः सर्व कस्य सम्पद्यते सुखम्।
दैवायतं यतः सर्व तस्मात् सन्तोषमाश्रयेत् ॥ 22 ॥

Eepsitam Mansah Sarva Kasya Sampaddyate Sukham.
Daivaayattam Yatah Sarva Tasmaat Santoshmaashrayet.

எவருக்கேனும் விரும்பிய அனைத்தும் கிடைப்பதுண்டா? ஒருவனுக்கு கிடைக்கும் அனைத்தும் அவன் விதிப்பயனே. ஆகவே கிடைப்பதை கொண்டு திருப்தி அடைய அனைவரும் முயலவேண்டும்.

यावत्स्वस्थो ह्रयं देहः तावन्मृत्युश्च दूरतः।
तावदात्महितं कुर्यात् प्राणान्तें किं करिष्यति॥ 23 ॥

Yaavattsvastho Yahayam Dehah Taavanmriuttushcha
Dooratah. Taavdaattmahitam Kuryaat Praanante Kim Karishyati.

ஒருவன் உடல் நலத்துடன் இருக்கும் போது தன்னை
பேணிக்கொள்ள வேண்டும், ஏனெனில் மரணம் அனைத்து செயல்களையும்
நிறுத்திவிடுகிறது.

சுய அறிவு

नास्ति काम समो व्याधिर्नास्ति मोहसमो रिपुः।
नास्ति कोप समो वह्निः नास्ति ज्ञानात्परें सुखम्॥ 24 ॥

Naasti Kaam Samo Vyaadhirnaasti Mohasamo Ripuh.
Naasti Kop Samo Vahinnih Naasti Gyaanaattparam Sukham.

இச்சையை (காமம்) போன்ற கொடிய வியாதி ஏதுமில்லை, மோகத்தை
போன்ற ஆபத்தான எதிரி ஏதுமில்லை, சினத்தை போன்ற சூடான நெருப்பு
ஏதுமில்லை, சுய அறிவை காட்டிலும் சிறந்த இன்பம் ஏதுமில்லை.

வாய்மை

सत्येन धार्यते पृथ्वी सत्येन तपते रविः।
सत्येन वाति वायुश्च सर्वसत्ये प्रतिष्ठितम्॥ 25 ॥

Sattyen Dhaaryate Prithvee Satyen Tapate Ravi.
Sattyen Vaati Vaayushcha Sarvam Sattye Prathishthitam.

வாய்மை உலகை நிலைநிறுத்துகிறது, கதிரவனை ஒளிரவைக்கிறது,
காற்றை வீச வைக்கிறது. வாய்மை வாழ்வின் அனைத்தையும் நன்கு
நிலைநாட்டுகிறது.

தலை எழுத்து

तादृशी जायते बुद्धिर्व्यवसायोऽपि तादृशः।
सहायास्तादृशाः एव यादृशी भवितव्यता ॥॥ 26 ॥

Taadrishee Jaayate Buddhivaryavsaayoapi Taadrishah.
Sahaayaasstaadrishaah Eva Yaadrishee Bhavitavyataa.

ஒருவன் தலை எழுத்துப்படியே அவனுக்கு அனைத்தும் கிடைக்கிறது. ஒருவன் வினை, மறுவினை – எதிர்வினை அனைத்தும் அவன் தலையெழுத்து காரணிகளின் படியே வழி நடத்தப்படுகிறது.

மனித வாழ்வில் தலை விதியின் ஆட்சியே ஓங்கி நிற்கிறது. ஒருவனுக்கு நல்ல அறுவடை விதிக்கப் பட்டிருந்தால் அதற்கேற்ற நல்ல சுழல் அமையும் மாறாக விதிக்கப்பட்டிருந்தால் அதற்கேற்ப சூழலே அமையும் என்பதே இதன் பொருளாகும்.

மோட்சம் (முக்தி)

मुक्तिमिच्छसि चेत्तत विषयान् विषवत् त्यज।
क्षमाऽऽर्जवदयाशैचं सत्यं पीयूषवत् पिब ॥ 27 ॥

Muktimichhasi Cheetat Vishayaan Vishvat Tyaji.
Kshamaarjvadyaashaucham Sattyam Peeyooshvat Pib.

பிரியமானவர்களே! நீங்கள் மெய்யாகவே உங்கள் ஆத்மாவுக்கு விடுதலை அளிக்க விரும்பினால் அனைத்து லௌகீக கவர்ச்சிகளையும் விஷம் என ஒதுக்குங்கள். மன்னிக்கும் குணத்தை வளர்த்துக் கொள்ளவேண்டும். நன்னடத்தை, சகிப்புத்தன்மை, பக்தி, நேர்மை, மற்றும் மனித வாழ்வின் வசீகரத்திற்கு தேவையான குணங்களை வளர்த்துக் கொள்ளுங்கள்.

बन्धनाय विषयासंग: मुकतै निर्विषयं मन:।
मनएवं मनुष्याणां कारणं बन्धमोक्षयों:॥ 28 ॥

Bandhanaaya Vishyaasangah Muktayai Nirvishyam Manah.
Manevam Manusshyaanaam Kaaranam Bandhmokshyoh.

பந்தம் என்பது தீயவற்றில் ஈடுபாடு அவற்றை தள்ளுவது ஆத்ம விடுதலை. ஆகவே ஒருவனின் மனமே அவனை பந்ததிற்கோ அல்லது ஆத்ம விடுதலைக்கோ உந்துகிறது.

देहाभिमानगलिते ज्ञानेन परमात्मन:।
यत्र-यत्र मनो याति तत्र-तत्र समाधय:॥ 29 ॥

Dehaabhimaangalite Gyaanen Parmaattmanah.
Yatra-Yatro Mano Yaati Tatra-Tatra Samaadhayah.

இறைவனிடம் ஐக்கியம் ஆகி அவனை உணர்ந்தால் இக வாழ்வின் மூர்க்கம் கரைந்து விடும். இந்த நிலை அடைந்தால் ஒருவன் எங்கு எப்போது விரும்பினாலும் தியானத்தில் மூல்க இயலும்.

வைராக்கியம் (இக உலகின் மீது வெறுப்பு)

धर्माख्याने श्मशाने च रोगिणां या मतिर्भवेत्।
सा सर्वदैव तिष्ठेच्चेत् को न मुच्येत बन्धनात्॥ 30 ॥

Dharmakkhyaane Shmashaane Cha Roginaam Yaa Matirbhavet.
Saa Sarvadaiv Tishtthechchet Ko Na Muchyate Bandhanaat.

ஆன்மிக கதைகளை விரும்பி கேட்பதாலும், மரித்தவர்களை நோக்குவதாலும், ஈம சடங்குகளில் கலந்து கொள்வதாலும் இந்த உலகின் மீது வெறுப்பை வளர்த்துக் கொள்ளலாம். மேலும் லவ்கீக விஷயங்களை வெறுப்பதன் மூலம், பந்தங்களில் இருந்து அவனால் விடுபட இயலும். பந்தங்களில் இருந்து அவனால் விடுபட இயலும்.

ஆத்மா

पुष्पे गन्धं तिले तैल काष्ठे वह्निः पयोघृतम्।
इक्षौ गुड़ं तथा देहे पश्यात्मानं विवेकतः ॥ 31 ॥

Pushpe Gandham Tile Tail Kaashthe Vahinah Payoghritam.
Ekshau Gudam Tathaa Dehe Pasyaatmaanam Vivekatah.

மலரில் இருந்து மணத்தையும், விதையில் இருந்து எண்ணையையும், விறகில் இருந்து நெருப்பையும், பாலில் இருந்து நெய்யையும், கரும்பில் வெல்லத்தையும் பிரிப்பது போல் ஆத்மாவையும் உடலையும் பிரித்து விடு.

மவுனம்

यस्तु संवत्सरं पूर्ण नित्यं मौनेन भुञ्जते।
युगकोटिसहस्त्रन्तु स्वर्गलोके महीयते ॥ 32 ॥

Yastu Samvattsaram Poorna Nittyam Maunen Bhunjate.
Yugkotisahastrantu Svargaloke Maheeyate.

எவனொருவன் உணவின் போது எப்போதும் மவுனம் காக்கிறானோ அவனுக்கு மவுசு ஏறும். அவன் சொர்கத்தில் பல்லாண்டு காலம் இருக்கும் தகுதி படைத்திருக்கிறான்.

यद् दूरं यद् दुराराध्यं यच्च दूरे व्यवस्थितम्।
तत्सर्वं तपसा साध्यं तपो हि दुरतिक्रमम्॥ 33 ॥

Yaddooram Yadduraaraaddhyam Yachcha Doore Vyavasthitam.
Tattsarva Tapasaa Saaddhyam Tapo hi Duratikramam.

சேர விரும்பும் இடமோ அல்லது அடைய விரும்பும் பொருளோ வெகு தொலைவில் இருந்தாலும் அடைய கடினமானதாக இருந்தாலும் ஒருவனுக்கு வைராக்கியம் இருந்தால் அதை அடைய முடியும்.

கட்டுபாடு

इन्द्रियाणि च संयम्य बक वत् पण्डितो नरः।
देशकाल बलं ज्ञात्वा सर्वकार्याणि साधयेत् ॥ 34 ॥

Indrayaani Cha Samyamya Bak Vat Pandito Narah.
Deshkaal balam Gyattva Sarvakaaryaanim Saadhyet.

புத்திசாலி தனது லௌகீக அபிலாஷைகளை கட்டுபடுத்திக் கொண்டால் தான் இடம், பொருள், ஏவல் ரீதியான தனது கடமையை பூர்த்தி செய்ய இயலும் (அதாவது புலன்களால் ஏற்படும் மனஉணர்வுகளை நீக்கி புத்திசாலி தன் வலிமையை முழுவதும் அதிகமாக்கி தான் செய்ய வேண்டிய செயலின் இடம், பொருள், ஏவல் இவற்றின் வாயிலாக தன் நிலை உணர்ந்து கடமையை பூர்த்தி செய்ய வேண்டும்.

ஒரே வழி

यदीच्छसि वशीकर्तु जगदेकेनकर्मणा।
परापवादशास्त्रेभ्यो गां चरन्तीं निवरय॥ 35 ॥

Yaddeechachasi Vasheekartu Jagadeken Karmana.
Paraapavaadashaastreebhyo Gaam Charanteem Nivaraya.

இந்த பிரபஞ்சம் முழுவதையும் நீ ஒரே செயலால் வெல்ல விரும்பினால், பிறரை ஏசாமல் உன் நாவை கட்டுபடுத்தி கொள்.

எது எவருடையது

क्रोधो वैवस्वतो राजा तृष्णा वैतरणी नदी।
विद्या कामदुधा धेनुः संतोषो नन्दनं वनम् ॥ 36 ॥

Krodho Vaivasvato Raajaa Trishnaa Vaitarnee Nadee.
Viddyaa Kaamdudhaa dhenuh Santosho Nandanam Vanam.

சினம் மரணம், மரண தேவன் (எம ராஜன்) வைதாரணி (நரகின் நதி), அறிவு (நிறைவு தரும் காமதேனு பசு) திருப்தி நந்தவனம் (புனித தோட்டம்)

शान्तितुल्यं तपो नास्ति त सनतोषात्परं सुखम्।
न तृष्णाया परो व्याधिर्न च धर्मो दयापर: ॥ 37 ॥

Shaantitullyam Tapo Naasti Ta Santoshaatparamsukham.
Na Trishnayaaparo Vyaadhirna Cha Dharmo Dayaaparah.

அமைதியை பராமரிக்க செய்யப்படும் தவத்தை விட உயர்ந்த தவம்
இல்லை. திருப்தியினால் கிட்டும். மகிழ்ச்சியை விட உயர்ந்த மகிழ்ச்சி இல்லை.
பேராசையை விட அழிவை தரும் நோய் ஏதுமில்லை, கருணையை விட
அனைவரிடத்தும் காட்டும் உயர்ந்த தர்மம் ஏதுமில்லை.

यस्य चितं द्रवीभूतं कृपया सर्वजन्तुषु।
तस्य ज्ञानेन मोक्षेण किं जटा भस्मलेपनै: ॥ 38 ॥

Yasya Chitam Draveebhootam Kripayaa Sarvajantushu.

Tasya Gyanen Mokshena Kim Jataa Bhasmalepanaih.

எவன் இதயம் அனைத்து உயிர்களிடத்தும் கருணையால் நிரம்பி
உள்ளதோ அவன் வேறு ஞானத்தை தேடி செல்ல வேண்டியதில்லை. மோட்சம்
(விடுதலை) தேடி செல்ல வேண்டியதில்லை மற்றும் உடல் முழுவதும் நீறு
பூசிக்கொள்ள வேண்டியதில்லை (சிறந்த முனிவர்களை போல்).

தர்மம் செய்தல் மற்றும் நன்கொடை

देयं भोज्यधनं सुकृतिभिर्नो संचयस्तस्य वै,
श्रीकर्णस्य बलेश्च विक्रमपतेरद्यपि कीर्ति स्थिता।
अस्माकं मधुदानयोगरहितं नष्ट चिरात्संचित:
निर्वाणादिति नष्टपादयुगलं घर्ष्त्यमी मक्षिका: ॥ 39 ॥

Deyam Bhojyadhanam Sukritibhirno Sanchayastasya Vai Shri
Karnassya Baleshcha Vikrampatreddyapi Keerti Sthitaa.
Asmaakam Madhudaanyogarahitam Nashtam Chiraatsanchitaah
Nirvaanaaditi Nashtapaadyugalam Gharshttyamee Makshikaah.

உயர்ந்த மனிதர் அனைவரும் உணவும் செல்வமும் தானம் செய்தல்
வேண்டும். அவற்றை பதுக்கி வைப்பது முறை அல்ல. கர்ணனின் புகழ் (மகா
பாரதத்தில்) மற்றும் பாலி (தியாகத்திற்கும் கொடைக்கும் பெயர் போன ஒரு
இதிகாச பாத்திரம்) தங்களின் கொடை காரணமாக இன்றும் மாசு
மருவற்றவர்கள். தேனீக்கள் தங்கள் பாதங்களை எப்போதும் தரையில்
தேய்த்துக் கொண்டிருக்கிறான். அவை தாங்கள் சேமித்த தேனை தானும்
அனுபவிப்பதில்லை மற்றவர்களுக்கும் வழங்குவதில்லை (இந்த கருத்தை
வலியுறுத்த சாணக்கியர் ஒரு உவமையை பயன்படுத்துகிறார், அவர் கூறுவது,
தேனீக்கள் தேனை அருந்துவதுமில்லை அவற்றை பிறருக்கு தருவதுமில்லை.

ஒருவன் வந்து தேனை கவர்ந்து செல்லும் போது அவை தரையில் துயரத்தால் துவண்டு விழுந்து விடுகின்றன).

आर्तेषु विप्रेशु दयान्विश्चेच्छद्धेन यः स्वल्पमुपैति दानम्।
अनन्तपारं समुपैति दानं यद्दीयते तन्न लभेद् द्विजेभ्यः ॥ 40 ॥

Aarteshu Vipreshu Dayaannivihschechaddhena Yaha Svalpamupaiti Daanam.
Anantparam Samupaiti Daanam Yaddeeyate Tanna Labhed Dvijebhyah.

துன்பப் படுகிறவர்க்கு தானமும் நன்கொடையும் தரும் புத்திசாலிகள் அவற்றை பன் மடங்காக திரும்பப் பெறுகிறார்கள்.

தகுதியானவருக்கு தரும் தானம்

क्षीयन्ते सर्वदानानि यज्ञ होमबलि क्रियाः।
न क्षीयते पात्रदानमभयं सर्वदेहिनाम् ॥ 41 ॥

Ksheeyante Sarvadaanaani Yagya Homabali Kriyaah.
Na Ksheeyate Paatradaanambhayam Sarvadehinaam.

அனைத்து பலிகளும், தானமும், கொடையும் காலப்போக்கில் மறைந்துவிடும். ஆனால் தகுதியானவருக்கு தரும் தானம் எப்போதும் நிலைத்து நிற்கும். ஏனெனில், தானம் பெறுவோர் அதை மறுபடியும் தானம் செய்ய பயன்படுத்தி ஒரு சங்கிலி தொடரை அனைவரின் நலனுக்காக பயன்படுத்துவர்.

தாரளமாக தானம் செய்யுங்கள்

सन्तोषस्त्रिषु कर्तव्यः स्वदारे भोजने घने।
त्रिषुचैव नकर्तव्योऽध्ययने जपदानयोः ॥ 42 ॥

Santoshstrishu Kartavyah Svadaare Bhojane Ghane.
Trishuchaiv Na Kartavyoaddhyayane Japadaanayoh.

ஒருவன் எப்போதும் (1) தன் மனைவி (2) தன் உணவு (3) தன் செல்வம் இவற்றில் திருப்தி உள்ளவனாக இருக்க வேண்டும். ஆனால் (1) தன் கல்வி (2) எளிமை மற்றும் தவம் (3) தகுதி வாய்ந்தவர்க்கு அளிக்கும் கோடை மற்றும் தானம் இவற்றில் ஒரு போதும் திருப்தி அடையக் கூடாது.

2. சமூகம் (society)

தாய், மேலான தெய்வம்

नान्नोदकसमं दानं न तिथिद्र्वादशी समा।
न गायात्र्याः पर मन्त्रो नमातुर्दैवतं परम् ॥ 43॥

Naannodakasamam Daanam Na Tithiddrvaadashee Samaa.
Na Gaayattryaah Para Mantro Na Maturdaivatam Param.

தான்யத்தையும் தண்ணீரையும் விட மேலான கோடை இல்லை. துவாதசியை (சந்திர கணக்கின் பனிரெண்டாம் நாள்) விட மேலான நாள் இல்லை. காயத்ரி மந்திரத்தை விட மேலான மந்திரம் இல்லை. தாயை விட மேலான தெய்வம் இல்லை.

राजपत्नी गुरोः पत्नी मित्रपत्नी तथैव च।
पत्नीमाता स्वमाता च पञ्चैताः मातरः स्मृताः ॥ 44 ॥

Raajpatnee Guroh Patnee Mitrapatnee Tathaiv Cha.
Patneemaataa Svamaataa Cha Panchaittah Maatarah Smritah.

அரசனின் மனைவி, குரு பத்னி, தோழனின் பத்னி, மனைவியின் தாய், தன தாய் – இந்த ஐந்து பெண்களும் தாய்க்கு நிகரான இடத்திற்கு தகுதியானவர்கள்.

தந்தை, வழி காட்டி

जनिता चोपनेता च यस्तु विद्यां प्रयच्छति।
अन्नदाता भयत्राता पञ्चैता पितरः स्मृताः ॥ 45 ॥

Janitaa Chopanetaa Cha Yastu Viddyam Prayachhati.
Annadaataa Bhayatraataa Panchaitaa Pitarah Smritaah.

உன்னை ஈன்று எடுத்தவன், உனக்கு உப நயனம் (பூணூல்) செய்வித்தவன், உனக்கு கல்வி தந்தவன், உனக்கு உணவிட்டவன் மேலும் உன்னை சகல துன்பங்களில் காத்தவன் – இந்த ஐவரும் உன் தந்தையின் இடத்தை பெறும் தகுதி படைத்தவர்கள்.

पुनश्च विविधैः शीलैर्नियोज्य सतत बुधै।
नीतिज्ञा शीलसम्पन्नाः भविष्यन्ति कुलपूजिताः ॥ 46 ॥

Punashcha Vividhaih Sheelairniyojjyaa Satatam Budhai.
Neetiggyaa Seelasampannaah Bhavishyanti Kulpoojitaah.

ஒரு சிறந்த தந்தை தன் தனையனுக்கு கல்வி தர வேண்டும். பல வழிகளில் நல்ல பழக்க வழக்கங்களை கற்றுதர வேண்டும். நன் நடத்தை போதிக்க வேண்டும். நல்ல ஞானத்தை போதிக்க வேண்டும். மற்றும் பலவற்றை போதிக்க வேண்டும். ஏனெனில் சிறந்த புதல்வன் குடும்பத்திற்கு மேன்மையும் சகோதராிடம் மதிப்பையும் பெறுவான்.

लालयेत् पंचवर्षाणि दशवर्षीणि ताडयेत्।
प्राप्त तु षोडशे वर्षे पुत्रं मित्रवदाचरेत् ॥ 47 ॥

Laalyet Panchavarshani Dashavarshaani Taadyet.
Praapte tu Shodashe Varshe Putram Mitravadaacharet.

உன் புதல்வனை ஐந்து வயது வரை பாசத்துடன் அடுத்த பத்து வருடங்களுக்கு கண்டித்தும் வளர்க்க வேண்டும். அவன் பாதினாறு வயது வந்ததும் அவனை உன் நண்பனாக நடத்த வேண்டும்.

நன் மகன்

एकेनापि सुपत्रेण विद्यायुक्ते च साधुना।
आह्लादितं कुलं सर्व यथा चन्द्रेण शर्वरी ॥ 48॥

Ekenaapi Suputrena Viddyayukte Cha Sadhuna.
Aahladitam Kulam Sarva Yatha Chandren Sharvaree.

புத்திபுள்ள, நன்கு படித்த நல்ல மகன் மட்டுமே இரவில் ஒளிரும் ஒரு முழு நிலவு தனியாக ஒளி தருவது போல் குடும்பத்திற்கு புகழ் சேர்ப்பான்.

एकेनापि सुपत्रेण पुष्पितेनसुगंधिना।
वसितं तद्वनं सर्वं सुपुत्रेण कुलं यथा ॥ 49॥

Ekenaapi Supatren Pushpiten Sugandhinaa.
Vasitam Taddvanam Sarva Suputren Kulam Yathaa.

நறு மணம் மிக்க மலர் நந்தவனம் முழுவதும் மணம் பரப்பும் என்பது போல் குடும்பத்திற்கு புகழ் சேர்க்க ஒரு சிறந்த மகன் போதும்.

किं जातैर्बहुभि: पुत्रै: शोकसन्तापकारकै:।
वरमेक: कुलावलम्बी यत्र विश्राम्यते कुलम्॥ 50॥

Kim Jaatairbahurbhih Putraih Shoksantaapkaarkaih.
Varmekah Kulaavalambi Yatra Vishraammyate Kulam.

துன்பம் துயரமும் தரும் பல புதல்வர்களால் பலன் இல்லை. குடும்பத்தை தாங்க ஒரு சிறந்த மகன் போதும்.

एकोऽ गुणवान पुत्रः निर्गुणैश्च शतैर्वरम्।
एकश्चन्द्रस्तमो हन्ति न च तारा सहस्त्रशः ॥ 51॥

Ekoapi Gunavaan Putrah Nirgunaisheha Shatairvaram.
Ekashchandraastamo Handinacha Taaraa Shastrashah.

ஒரு நல்ல மகன் நூறு தகுதியற்ற உதவாக்கரை மகன்களை விட மேலானவன். ஆயிரக்கணக்கான தாரகைகள் வானில் இருளை நீக்க இயலாவிட்டாலும் ஒரு சந்திரன் அதை சாதித்து விடும்.

திறமையற்ற புதல்வன்

एकेन शुष्कवृक्षेण दह्यमानेन।
दह्यते तद्वनं सर्व कुपुत्रेण कुलं यथा॥ 52॥

Eken Shuskvrikshen Dahiyamaanen.
Dahyate Taddvanam Sarva Kuputren Kulam Yathaa.

ஒரு காய்ந்த மரம் தீ பிடித்து தோப்பு முழுவதும் எரிந்து சாம்பலாவது போல் ஒரு திறமையற்ற கெட்ட புதல்வனால் குடும்பம் அழிந்துவிடும்.

कि तया क्रियते धेन्वा या न दोग्ध्री न गर्भिणी।
कोऽर्थः पुत्रेण जातेन यो न विद्वान्न भक्तिमन् ॥ 53॥

Ki tayaa Kriyate Dhenvaa Yaa Na Doggdhree na Garbhinee.
Koarthah Putren Jaaten Yo Na Viddvaana Bhaktimaan.

ல்தரிக்காத பால், சுரக்காத பசுவால் என்ன பயன்? அதை போல் கல்வி அறிவற்ற (அறிஞன்) இறை பக்தி அற்ற புதல்வனால் என்ன பயன்?

मूर्खश्चिरायुर्जातोऽपि तस्माज्जातान्मृतो वरम्।
मृतःस चाल्पदुःखाय यावज्जीवं जडो दहेत् ॥ 54॥

Moorkhashchiraayurjaatoapi Tasmaajjaataanmrito Varam.
Mritahsa Chalpadukhaaya Vavajjeevam Jado Dahet.

ஒரு அறிவற்ற மகன் நீண்ட நாள் வாழ்வதை விட சீக்கிரம் இறப்பதே மேல். ஏனெனில் அவன் இறந்தால் வரும் துக்கம் ஒருமுறை தான். ஆனால் அவன் வாழ்நாளில் அறிவற்ற செயல்களால் ஒவ்வொரு நொடியும் வரும் துன்பமும், துயரமும் தருவான். ஒரு உதவாகரை மகன் உயிரோடிருப்பதை விட இறப்பதே மேல்.

மனைவி

सा भार्या या शुचिदक्षस सा भार्या या पतिव्रता।
सा भार्या या पतिप्रीता सा भार्या सत्यवाविनीः ॥ 55॥

Saa Bhaaryaa Yaa Shuchidaksha Saa Bhaaryaa Yaa Pativratta.
Saa Bhaaryaa Yaa Patipreetaa saa Bhaaryaa Sttyavaadineeh.

உண்மையான மனைவி கணவனிடம் அர்ப்பணிப்புடனும் (தன் பணியில்) சாதுரியமானவளாகவும் அன்பானவாளகவும், உண்மையானவளாகவும் திகழ வேண்டும் (சாணக்கியர் ஒரு சிறந்த மனைவியின் ஐந்து குணங்களை பட்டியலிடுகிறார், அவள் கணவனிடம் பக்தியுடன், திறமைசாலியாக, நேர்மையாகவும், அன்பாகவும்,பதி பக்தியுடன் இருத்தல்).

पत्युराज्ञां बिना नारी उपोष्य व्रतचारिणी।
आयुष्य हरते भर्तुःसा नारी नरकं व्रजेत् ॥ 56॥

Patturaagyaam Binaa Naaree Uposhya Vratchaarinee.
Aayushya Harate Bhartuhsaa Naaree Narakam Vrajet.

கணவனின் அனுமதியின்றி மனைவி விரதம் இருந்தால் அது அவள் கணவனின் ஆயுளை குறைக்கும். எனவே அவள் இறந்தபின் நரகம் செல்வாள்.

பெண்டிர்

स्त्रीणा द्विगुण अहारो लज्जा चापि चतुर्गुणा।
साहसं षडगुणं चैव कामश्चाष्टगुणः स्मृतः ॥ 57॥

Streenaa Dvigun Ahaaro Lajjaa Chaapi Chaturgunaa.
Saahasam Shadgunam Chaiv Kaamashchaashatgunah Smritah.

ஆண்களுடன் ஒப்பிடும் போது ஒரு பெண்ணுக்கு ஆனைவிட இரு மடங்கு பசியும், நான்கு மடங்கு வெட்கமும், ஆறு மடங்கு தைரியமும், எட்டு மடங்கு காமமும் அதிகம்.

अनृतं साहसं माय मूर्खत्वमतिलोभिता।
अशौचत्वं निर्दयत्वं स्त्रीणां दोषाः स्वभावजाः ॥ 58॥

Anritam Saahasam Maayaa Moorkhattvamatilobhitaa.
Asshauchaatvam Nirdayattvam Streenaam Doshaah Svabhaavajaah.

இயற்கையாகவே பெண் ஒரு பொய் விளம்பி, தைரியசாலி, ஜாலம் மிக்கவள், மூடம், பேராசைக்காரி, இறைஉணர்வு அற்றவள் மற்றும் குரூரி. இவையே பெண்ணின் உள்ளார்ந்த குணங்களாகும்.

वित्तेन रक्ष्यते धर्मो विद्या योगेन रक्ष्यते।
मृदुना रक्ष्यते भूपः सत्स्त्रिया रक्ष्यते गृहम् ॥ 59॥

Vitten Rakshayate Dharmo Viddya Yogen Rakshayate.
Mridunaa Rakshayate Bhoopah Satishtriyah Rakshayate Griham.

செல்வம் தர்மத்தை காக்கும். யோகம் கல்வியை அல்லது ஞானத்தை காக்கும். ராஜதந்திரம் அரசை காக்கும். நல்ல பெண்மணி வீட்டை காப்பாள் (தர்மத்தை காக்க சில லௌகீக தேவைகள் உண்டு. அவற்றை பெற செல்வம் தேவை என்று சாணக்கியர் கூறுகிறார். யோகம் என்பது இங்கு பயன்பாட்டை குறிக்கும். வாஸ்தவமாகவே, ஞானத்தை பயன் படுத்தாவிட்டால் அது பயனற்றதாகி விடும். சாணக்கியர் கூற்றுப்படி ஒரு கொடுங்கோலன் இந்த பணிக்கு பொருத்தமானவன் அல்ல. ராஜ தந்திரம் மூலமாகவோ அல்லது மென்மையான முறையை கையாண்டே தான் மக்களை வசப்படுத்த முடியும். இந்த கடைசி கூற்று சந்தேகமற்ற உண்மை.

न दानात् शुद्धत्रते नारी नोपवोसैः शतैरपि।
न तीर्थसेवया तद्वद् भर्तुः पादोदकैर्यथा ॥ 60॥

Na Daanaat Shuddhatrate Naaree Vopvasaih Shatairapi.
Na Teerthasevayaa Taddvad Bhartuh Paadodakairyathaa.

ஒரு பெண் தர்மம் செய்வதால், கடுமையான ஆச்சாரங்களையும், விரதங்களையும் அனுஷ்டிப்பதால், திவ்ய ஷேத்திரங்களுக்கு செல்வதாலும். பக்தி உள்ளவள் ஆகி விட முடியாது. தன் கணவனை பாதாபிஷேகம் செய்து அந்த நீரை அருந்தினால் மட்டுமே அவள் பக்தி உள்ளவளாக ஆக முடியும்.

यो मोहयन्मन्यते मूढो रक्तेयं मयि कामिनी।
स तस्य वशगो भृत्वा नृत्येत् क्रीडा शकुन्तवत् ॥ 61॥

Yo Mohayanmannyate Moodho Rakteyam Mayi Kaaminee.

Sa Tassya Vashago Bhrittva Nrityet Kreedaa Shakuntavat.

மோகத்தின் வசப்பட்ட முட்டாள் ஒரு அழகிய பெண் தன் வசப்படுவாள் என்று கருதி அவளின் பொம்மை போல அவள் ராகத்திற்கு ஆடுவான்.

जल्पन्ति सार्धमन्येन पश्यन्तयन्यं सविभ्रमाः।
हृदये चिन्तयन्तन्यं न स्त्रीणामेकतो रतिः ॥ 62॥

Jalpanti Saardhamannyen Pashyanttyannyam Savibhramaah.
Hridaye Chintayanttyaannyam Na Streenaamekato Ratih.

பெண்கள் ஒரு ஆணிடம் பேசவும், மற்றொருவனிடம் காதல் பார்வை வீசவும், மூன்றமவனிடம் திருட்டுத்தனமாக இச்சை கொள்ளவும் வகை தெரிந்தவள். அவர்கள் ஒரு மனிதனிடம் ஆத்மார்த்தமாக அன்பு செலுத்த இயலாதவர்கள்.

वरयेत्कुलजां प्राज्ञो निरूपामापि कन्यकाम्।
रूपशीलां न नीचस्यां विवाहः सदृशे कुले ॥ 63॥

Varyettkuljaam Praggyo Niroopaamaapi Kannyakaam.
Roopsheelaam Na Neechassyaam Vivaah Sadrishe Kule.

ஒரு புத்திசாலி ஆண் மதிப்புள்ள நல்ல குடும்பத்தில் பிறந்த ஒரு குரூபியை மணக்க தயங்ககக் கூடாது. ஆனால் தாழ்ந்த குடும்பத்தில் பிறந்த மிக அழகிய பெண்ணானாலும் ஒரு புத்திமான் அவளை மணக்கக்கூடாது. இரண்டு நல்ல உயர்ந்த அந்தஸ்துள்ள குடும்பத்தில் சம்பந்தம் வைத்துக் கொள்வதே சாலச் சிறந்தது.

विषादप्यमृतं ग्राह्यममेध्यादपि कांचनम्।
नीचादप्युत्तमां विद्यां स्त्रीरत्नं दुष्कुलादपि ॥ 64॥

Vishaadppyamritam Graahyamameddhyaadapi Kaanchanam.Neechadappyuttamaam Viddyaam Streeratnam Dushkulaadapi.

விஷத்திலிருந்து அமுதம், குப்பையிலிருந்து தங்கம் கிடைக்கிறதென்றால் எடுக்க தயங்காதே. ஒரு இழி குலத்தவனிடமும், தாழ்ந்த குடும்பத்தில் பிறந்த நல்ல பெண்ணிடமிருந்தும் இருக்கும் ஞானத்தை பெற தயங்காதே. இந்த இரு சொலவடைகளும் மாறுபட்ட கூற்றை தருகின்றன. மேற்கண்ட கருத்து நல்ல பண்புள்ள பெண்ணாக இருந்தாலும் தாழ்ந்த குடும்பத்தில் இருந்து பெண்ணை மணந்து கொள்ளாதே என்று கூறுகிறது. கீழ்கண்ட சுலோகமோ நல்ல பண்புள்ள பெண்ணாக இருந்தாலும் தாழ்ந்த குடும்பத்தில் இருந்து பெண்ணை மணந்து கொள்ளலாம் என்று வலியுறுத்துகிறது.

பெற்றோர்

माता शत्रुः पिता वैरी येन बालो न पाठितः।
न शोभते सभामध्ये हंसमध्ये बको यथा ॥ 65 ॥

Maataa Shatruh Pitaa Vairee Yen Baalo Na Pathitaha. Na Shobhate Sabhaamaddhye Hansamddhye Bako Yathaa.

தனயனின் கல்வியில் அக்கறை கொள்ளாத பெற்றோர் (அல்லது அவனுக்கு சிறந்த கல்வி தராத பெற்றோர்) அவனின் உண்மையான எதிரிகளாவர். கற்றோர் அவையில் கல்லாதான் அன்னக்கூட்டத்தின் இடையே இருக்கும் காக்கையை போல் அவலட்சனமாக காணப்படுவான்.

ऋणकर्ता पिता शत्रुर्माता च व्यभिचारिणी।
भार्या रूपवती शत्रुः पुत्र शत्रु न पंडितः ॥ 66 ॥

Rinakartaa Pitaa Shatrurmaataa Cha Vyabhichaarinee. Bhaaryaa Roopavatee Shatruh Putra Shatruh Na Panditah.

கடன் வாங்கும் தந்தையும், துர்குணமுள்ள தாயும், மிக அழகான மனைவியும், முட்டாள் மகன் – இவர் அனைவரும் எதிரிகளாக கருதப்பட வேண்டும்.

பரஸ்பர உறவு

ते पूत्रा ये पितृभक्ता स पिता यस्तु पोषकः।
तन्मित्रम् यत्र विश्वासः सा भार्या या निवृत्तिः ॥ 67 ॥

Te Putraa Ye Pitrabhaktaa Sa Pita Yastu Poshakah.
Tanmitram Yatra Vishvaasah Saa Bharyaa Yaa Nivrittih.

தன் தந்தையுடம் பக்தி உடையவனே (உண்மையான) மகன். தன் மகனை சிரத்தையுடன் நல்ல முறையில் வளர்ப்பவனே ஒரு நல்ல தந்தை. நம்பிக்கைக்கு உரியவனே (உண்மையான) நண்பன். தன் கணவனின் மனதை மகிழ்விப்பவளே ஒரு உண்மையான மனைவி.

இல்லம்

यदि रामा यदि च रमा यदि तनयो विनयगणोपेतः।
तनयो तनयोत्पत्तिः सुरवरनगरे किधिक्यम् ॥ 68 ॥

Yadi Raamaa Yadi Cha Ramaa Yadi Tanyo Vinay Ganopetah.
Tanyo Tanyotpattih Survarnagare Kimaadhikkyam.

ஒரு சிறந்த பெண்மணி, மென்மையான குணம் கொண்ட ஒரு மகன் அவனது நன் மகன் (பேரன்), தேவையான செல்வம் இவை அடங்கிய இல்லம் தெய்வீக இன்பத்தையும் வெற்றிக்கி விடும்.

न विप्रपादोदक पंकिलानि
न वेदशास्त्रध्वनिगर्जितानि।
स्वाहास्वधाकारध्वनिवर्जितानि
श्मशानतुल्यानि गृहाणि तानि ॥ 69 ॥

Na Vipprapaadodak Pankilaani
Na Vedshaastraddhivanigarjtaani.
Svaahaasvadhaakaarddhvanivrajitaani
Shmashaantullyani Grihaani Taani.

எந்த வீட்டில் ஒரு வேத பிராமனின் கால் தூசி பட வில்லையோ, வேத மந்திரங்கள் முழங்கவில்லையோ, ஹோம குண்டத்தில் ஆகுதி இடப்படும் (ஸ்வாஹா, ஸ்வாஹா போன்ற) ரீங்காரம் எழவில்லையோ அந்த வீடு துக்கிரியாகவும், இழவு வீடாகவும் காணப்படும்.

பிராமணன்

विप्रो वृक्षस्तस्य मूलं सन्ध्या
वेदाः शाखा धर्मकर्माणि पत्रम्।
तस्मान्मूलं यत्नतो रक्षणीयं
छिन्ने मूलं नैव शाखा न पत्रम् ॥ 70 ॥

Vippro Vrikshasstaassya Moolam Sanddhya
Veddah Shaakhaa Dharmakarmaani Patram.
Tasmaannmoolam Yattnano Rakshaneeyam
Chhinne Moolam Naiv Shaakhaa Na Patram.

விப்ரர் (வேத பிராமணர்) ஒரு மரம், காலையும் மாலையும் ஓதும் வேத பாடல்கள் அதன் வேர்கள், சமய சடங்குகளை கடைபிடித்தல் இவைகள். முழு மரமும் வேரில் இருக்கும் பலத்தால் தாங்கப்படுவதால், மரத்தின் வேர்கள் எப்பாடு பட்டாலும் காக்கப்பட வேண்டும். வேர் பழுது பட்டால், கிளைகள் இலைகள் இருக்காது.

धन्या द्विजमयीं नौका विपरीता भवार्णवे।
तरन्तधोगता सर्वे उपस्थिता पतन्त्येव हि ॥ 71 ॥

Dhanya Dvijamayeem Naukaa Vipreetaa Bhavaarnave.
Taranntyadhogataa Sarve Upasthitaa Patantyeva Hi.

பிரபஞ்ச ஆற்றில் பின்புறமாக நகர்ந்து செல்லும் படகு போன்றவன் பிராமணன். அதில் இருப்போர் எளிதில் ஆற்றை கடந்து செல்வர். அதை தாண்டி செல்ல விழைவோர் நீரில் விழுந்து மூழ்குவர் (சம்சார சாகரத்தில் பிராமணர்களின் கீழ் பயணிப்போர் வெற்றியோடு அதை கடப்பர். பிராமணனின் அதிகாரத்தை மீறுவோர் அழிவை சந்திப்பார்).

एकाहारेण सन्तुष्टः षड्कर्मनिरतः सदा।
ऋतुकालेऽभिगामी च स विप्रो द्विज उच्चयते ॥ 72 ॥

Ekaahaaren Santushtah Shadkarmaniratah Sadaa.
Ritukaaliabhigaamee Cha Sa Vipro Dvij Uchchyate.

ஒரு நாளில் ஒரு முறையே உண்ணும் பிராமணன், கல்விக்கும், ஆசார அனுஷ்டானங்களில் நேரம் செலவிடுவோர், மனைவியுடன் ருது காலத்தில் புணர்வோர் (மாதவிடாயை தொடர்ந்து வருவது) த்விஜ் அல்லது இருமுறை பிறந்தோர் ஆவர்.

अकृष्ट फलमूलानि वनवासरतः सदा।
कुरुतेऽहरहः श्राद्धमृषिर्विप्रः स उच्यते ॥ 73 ॥

Akrishta Phalmoolani Vanvaasaratah Sada.
Kurteaharah Shraaddhamishirvipprah Sa Uchyate.

உழப்படாத நிலத்தின் அடியில் விளையும் வேர்களையும் தண்டையும் உண்ணும் பிராமணன், காடுகளில் வசித்துக் கொண்டு தினமும் ஸ்ரார்தம் (மறைந்த தன் முன்னோர்க்கு) செய்வோர், ரிஷி (முனிவர்) ஆவர்.

लौकिके कर्मणि रतः पशूनां परिपालकः।
वाणिज्यकृषिकर्मा यः स विप्रो वैश्य उच्यते ॥ 74 ॥

Laukike Karmani Ratah Pashoonaam Paripaalakah.
Vaanijjyakrishikarmaa Yah Sa Vipro Vaishya Uchyate.

எப்போதும் சுறுசுறுப்பாக லௌகீக விவகாரங்களில் ஈடுபட்டு, கால்நடைகளை சொந்தமாக்கி அவற்றை மேய்த்து, நிலத்தை உழுது விவசாயம்

செய்யும் பிரம்மம் வைஸ்யர் (வணிகர்) ஆவார் (ஒருவன் சமூகவகை அவன் பிறப்பால் அல்ல செய்யும் தொழிலால் வரையறுக்கப்படுகிறது என்று சாணக்கியர் கூறுகிறார்.

लाक्षादि तैलनीलानां कौसुम्भमधुसविषान्।
विक्रेता मद्यामांसानां स विप्र शूद्र उच्यते ॥ 75 ॥

Lakshaadi Tailaneelaanaam Kausumbhmadhusavishaan.
Vikreta Maddyamaanasaanaam Sa Vipra Shoodra Uchyate.

பிசின் மற்றும் அதன் பொருட்கள், எண்ணை தாவரங்கள், பூவின் தேன், நெய், பழரசம், மாமிசம் மற்றும் அதன் பொருட்கள் அவற்றை விற்கும் பிராம்மணன் சூத்திரன் (தாழ்ந்த சாதி பிரம்மணன்) ஆவான்.

देवद्रव्यं गुरुद्रव्यं परदाराभिमर्षणम्।
निर्वाहः सर्वभूतेषु विप्रश्चाण्डाल उच्यते ॥ 76 ॥

Devadravyam Gurudravyam Pardaaraabhimarshanam.
Nirvaah Sarvabhooteshu Vipprashchaandaol Uchyate.

குரு மற்றும் தெய்வத்தின் பொருட்களை திருடுவோர், பிறர் மனை புணர்வோர், எந்த உயிரினத்துடனும் இயைந்து வாழ வல்லோர் பறைய பிராம்மணன் ஆவர்.

वापीकूपतड़गानामारामसुखेलश्वनाम्।
उच्छेदने निराशंक से विप्रो म्लेच्छ उच्चयते ॥ 77 ॥

Vaapeekoopatdaagaanaamaaraamsukhelashhvanaam.
Uchchedane Niraashank Se Vipro Mlechcha Uchchyate.

கோவில்கள், கிணறுகள், குட்டைகள், தோட்டங்கள் இவற்றை எந்த வித சமூக உணர்வும் இல்லாமல் கொடூரமாக அழிப்போர், நிச்சயமாக மிலேச்சன் (நேர்மையற்ற) பிராம்மணன் ஆவர்.

परकार्यविहन्ता च दाम्भिकः स्वार्थसाधकः।
छलीद्वेषी सदुक्रूरो मार्जार उच्यते ॥ 78 ॥

Parkaaryavihantaa cha daambhikah Svaarthasaadhakah.
Chaleedveshee Sadukrooro Maarjaar Uchyate.

பிறர் செல்லும் வழியை தடுப்போர், ஏமாற்றுவோர், தகிடு தத்தம் புரிவோர். மற்றவர்களிடம் குரூரமான குணம் கொண்டோர், உள் ஒன்று வைத்து புறமொன்று பேசுவோர். கடுவன் பூனையை போன்ற பிராம்மணன் ஆவர்.

अर्थाधीताश्च यैर्वेदास्तथा शूद्रान्नभोजिनः।
ते द्विजाः किं करिष्यन्ति निर्विषा इव पन्नगाः ॥ 79 ॥

Arthaadheetaashcha Yairvedaastatha Shoodrannabhojinah.
Te Dvijaah Kim Karishyanti Nirvishaaiva Pannagaah.

சம்பாதிப்பதற்காகவே வேதம் கற்போர், சூத்திரரிடமிருந்து உணவை ஏற்போர் நஞ்சற்ற பாம்பை போன்றவர். அவர்களால் எந்த நன்மையையும் விளையாது.

पीतः क्रुद्धेन तातश्चरणतलहतो वल्लभेऽयेन रोषा
आबाल्याद्विप्रवर्यैः स्ववदनविरे धार्यते वैरिणी मे।
गेहं मे छेदयन्ति प्रतिदिवसममाकान्त पूजानिमित्तात्
तस्मात् खिन्ना सदाऽहं द्विज कुलनिलयं नाथ युक्तं त्यजामि ॥ ४० ॥

Peetah Kruddhen Taatashcharantalahato Vallabhoayen Roshaa
Aabhaallyaaddvipravaryaih Svavadanvire Dhaaryate Vairinee mey.
Gehan mey Chedyanti Pratidivasmamaakaant Poojaanimittat
Tasmaat Khinnaa sadaaham Dvij Kulnilayam Naath Yuktam Tyajaami.

என் தீர்த்த கடலை குடித்தவர், சினத்துடன் என் பதியின் மார்பில் எட்டி உதைத்தவர். தாங்கள் இளவயதிலிருந்தே என் எதிரி சரஸ்வதியை நாவாற துதிப்பவர்கள், சிவ பெருமானை பூஜிப்பதற்காக என தாமரையை பறிப்பவர்கள் அத்தகைய பிராமணர்களோ அல்லது அவர்கள் சகோதரர்களோ என்னை அழிப்பதில் குறியாக உள்ளவர்கள். எனவே நான் ஒரு போதும் அவர்கள் வீட்டிற்கு செல்ல மாட்டேன்.

(செல்வத்தின் தேவதை லஷ்மி, புராணங்களில் நடந்த பல்வேறு நிகழ்ச்சிகளை குறிப்பிட்டு சொல்கிறாள் – அகஸ்திய முனிவர் கடலை உருஞ்சியது, அவள் பிதா ப்ருது முனிவர் அவள் பதி விஷ்ணுவின் மார்பில் எட்டி உதைத்து –தனது முதல் எதிரி சரஸ்வதியின் நாமத்தை உச்சரித்து கல்வி கற்றவர், தனது இல்லத்தில் நிறைந்திருக்கும் தாமரை மலரை பறித்து அதன் இதழ்களால் பரம சிவனுக்கு பூசை செய்வோர். இது போன்ற பிராமணர்களின் இல்லத்திற்கு ஒரு போதும் தான் செல்வதில்லை என்கிறாள். அதாவது லஷ்மிதேவியின் இந்த உள்ளார்ந்த பார பட்சத்தில் பிராமணர்கள் செல்வம் இன்றி வறியவராய் வாழ விதிக்கப்பட்டவர்கள்.

பண்டிதர்

प्रस्तावसदृशं वाक्यं प्रभावसदृशं प्रियम्।
आत्मशक्तिसमं कोपं यो जानाति स पण्डितः ॥ ४१ ॥

Prastaavsadrisham Vaakyam Prabhaavsadrisham Priyam.
Aatmashaktisamam Kopam Yo Jaanaati Sa Panditah.

இடஞ்சுட்டி தேவையானவற்றை பேசுபவன், மக்களிடம் செல்வாக்கு பெற்றவன், தனது சக்திக்கேற்ப அன்பையும் கோபத்தையும் காட்டுபவனே பண்டிதன். இடம் பொருள் ஏவல் தெரிந்து பேசுபவன், மக்களை கவர்பவன்,

எந்த அளவு கோபப்பட மற்றும் அன்பு காட்ட தெரிந்தவன் உண்மையில் புத்திமான் அல்லது பண்டிதன் ஆவான்.

பறையன்

दूरादागतं पथिश्रान्तं वृथा च गृहमागतं।
अनर्चयित्वा यो भुंक्ते स वै चाण्डाल उच्चयते ॥ 82 ॥

Doordaagatam Pathishraantam Vritha Cha Grihamaagatam.
Anarchyitvaa Yo Bhunkte Sa Vai Chaandaal uchchyate.

நீண்ட தொலைவில் இருந்து மிகவும் களைத்து வரும் எதிர்பாராத விருந்தாளிக்கு தக்க விருந்தோம்பல் மரியாதை செய்யாமல் (உணவு மற்றும் பலவற்றை) தான் மட்டும் உண்பவன் பறையன் ஆவான்.

तैलाभ्यंगे चिताघूमे मैथुने क्षौरं कर्मणि।
तावद्भवति चाण्डालो यावत्स्नानं न समाचरेत् ॥ 83 ॥

Tailaabhyange Chitaaghoome Maithune Kshauram Karmani.
Taavadbhavati Chaandaalo Yaavattsnaanam Na Samaacharet.

இடுகாட்டு புகையின் தீட்டு பட்டு, எண்ணை பூசி இருப்பவன், புணர்ந்தவன், முடி மற்றும் நகத்தை வெட்டியவன் நீராடும் வரை பறையன் ஆவான்.

पक्षिणां काकश्चाण्डाल पशुनां चैव कुक्कुरः।
मुनीनां पापश्चाण्डालः सर्वेषु निनदकः ॥ 84 ॥

Pakshinaam Kaakshchaandaal Pashunaam Chaiv Kukkurah.
Muneenaam Paapashchaandaalah Sarveshu Ninadakah.

பறவைகள் காகம், மிருகங்களில் நாய், முனிவர்களில் பாவி எல்லா உயிர்களிலும் புறம் கூறுபவர்கள் இவர்கள் பறையர் ஆவர்.

யவனன்

चाण्डालानां सहस्त्रैश्च सूरिभिस्तत्वदर्शिभिः।
एको हि यवनः प्रोक्तो न नीचो यवनात्परः ॥ 85 ॥

Chaandaalaanam Sahastraishcha Suribhistattvadarshibhi.
Eko Hi Yavanah Prokto Na Neecho Yavanaatparah.

கல்விமான்கள் யவனன் (உண்மையில் ஒரு கிரேக்கன் பொதுவாக ஒரு அயல் நாட்டவன் என அறியப்பட்டவன்) ஆயிரம் பறையர்களுக்கு ஒப்பானவன். யவனனைவிட சல்லியானவன் யாருமில்லை என்று கருதுகிறார்கள் (இங்கு சாணக்கியர் அந்த காலத்தில் வேரூன்றிய ஒரு பாரபட்சமான கருத்தை குறிப்பிடுகிறார்).

குரு

गुरुग्निदि्र्वजातीनां वर्णानां ब्राह्मणो गुरुः।
पतिरेव गुरुः स्त्रीणां सर्वस्याभ्यगतो गुरुः ॥ 86 ॥

Gururagnidirvajaateenaam Varnaanaam Brahmano Guruh.
Patireva Guruh Streenaam Sarvasyaabhyagato Guruh.

பிராமணன், போர் வீரரான ஷத்திரியர், வைசியர் இவர்களுக்கு நெருப்பு குரு ஆகும். வியாபாரி அல்லது (வணிக குலம்), பிராமணன் தன் குலத்தை தவிர மற்ற சமூகத்தவர்க்கு குரு. ஒரு பெண்ணின் குரு அவள் கணவன் ஆகும். ஒரு வீட்டில் வசிப்போருக்கு விருந்தாளியே குரு (குரு என்பதற்கு ஆசிரியர், நல்வழி படுத்துவோர், ஆசான் இவை தவிர மிகவும் மரியாதைக்குரியவர் என்ற பொருளும் உண்டு).

ராஜ விசுவாசிகள் (மேட்டுக்குடியில் தோன்றிய விசுவாசிகள்)

एतदर्थ कुलीनानां नृपाः कुर्वन्ति संग्रहम्।
आदिमध्यावसानेषु न त्यजन्ति च ते नश्पम् ॥ 87 ॥

Etadarth Kuleenaanaam Nripaah Kurvanti Sangraham.
Aadimaddhyavasaaneshu Na Tyajanti Cha Te Nripam.

ராஜ விசுவாசிகள் மேட்டுக்குடியில் தோன்றிய விசுவாசிகள். அவர்கள் கடைசி மூச்சு உள்ளவரை எந்த சூழ்நிலையிலும் யாரையும் ஏமாற்றவோ குழி பறிக்கவோ மாட்டார்கள். ஆகவே அரசர்கள் அவர்களை தங்கள் அவையில் அமர்த்தி கொள்வர்.

छिन्नोऽपि चन्दनतरुर्न जहाति गन्धं
वृद्धोऽपि वारणपतिर्न जहाति लीलानम्।
यन्त्रप्रितो मधुरतां न जहार्ति चेक्षु
क्षणोऽपि न त्यजति शीलगुणान्कुलीनः ॥ 88 ॥

Chhinnoapi Chandantarurn Jahaati Gandham
Vriddhoapi Vaaranpatirn Jahaati Leelaanam.
Yantnrprito Madhurtaam Na Jahaarti Chekshu
Kshanoapi Na Tyajati Sheelagunaankuleenah.

வெட்ட வெட்ட மணக்கும் சந்தனம்; முதுமையிலும் தனது செருக்கை இழக்காத யானை; ஆலையில் இட்டு பிழிந்த போதும் இனிக்கும் கரும்பு – இவை போன்றே தன் நிலை தாழ்ந்த போதும் தனது உன்னத குணத்தையும், பண்பான நடத்தையும் இழக்க மாட்டர்.

यथा चतुर्भिः कनकं परीक्ष्यते
निर्घषणच्छेदन तापताड़नैः।
तथा चतुर्भिः पुरुषः परीक्ष्यते
त्यागेन शीलेन गुणेन कर्मणा ॥ 89 ॥

Yathaa Chaturbhih Kanakam Pareekshyate
Nirgharshanachedan Taapataadanaih.
Tathaa Chaturbhih Purushah Pareekshyate
Tyaagen Sheelen Guneen Karmanaa.

பொன்னை உரசியும், வெட்டியும், உருக்கியும், தட்டியும் சோதிப்பது போல் ஒரு மனிதனும் அவன் தியாகத்தால், நன் நடத்தையால் அவன் தரத்தால் செய்கையால் சோதிக்கப் படுகிறான்.

உண்மையான அழகு

दानेन पाणिर्न तु कंकणेन
स्नानेन शुद्धिर्न तु चन्दनेन।
मानेन तृप्तिर्न तु भोजनेन
ज्ञानेन मुक्तिर्न तु मण्डनेन ॥ 90 ॥

Daanen Paanirn Tu Kankanen
Snaanen Shuddhirna Tu Chandanen.
Maanen Triptirn Tu Bhojanen
Gyaanen Muktirna Tu Mandanen.

கைகளின் அழகு தானம் செய்வதில் உள்ளது. கை சங்கிலி அணிவதில் அல்ல; உடல் அழகு குளிப்பதால் உள்ளது. சந்தன பசையை பூசிக் கொள்வதில் அல்ல; ஒருவன் திருப்தி அடைவது பெருமை படுவதால் அன்றி உணவிடுவதால் அல்ல, ஒருவன் திருப்தி அடைவது பெருமை படுவதால் அன்றி உணவிடுவதால் அல்ல; ஒருவன் நற்கதி அடைவது ஞானத்தால் அன்றி சுய ஒப்பனையினால் அல்ல.

உண்மையான நண்பன்

उत्सवे व्यसने प्राप्ते दुर्भिक्षे शत्रुसंकटे।
राजद्वारे श्मशाने च यस्तिष्ठति स बान्धव: ॥ 91 ॥

Utsave Vyasane Praapte Durbhikshe Shatrusankate.
Raajdvaare Shamshaane Cha Yastishthati Sa Baandhavah.

உன் சந்தோஷ காலங்களில், துன்பத்தில், வறுமையில் மற்றும் எதிரி உன்னை தாக்கும் சோதனை காலங்களில். உன் அவையில் உன் அந்திம காலங்களில் உன்னுடன் இருப்போர் உண்மையான நண்பர் ஆவர்.

विद्या मित्रं प्रवासेषु भार्या मित्रं गृहेषु च।
व्याधितस्यौषधिं मित्रं धर्मो मित्रं मृतस्य च ॥ 92 ॥

Vidhya Mitram Pravaaseshu Bhaaryaa Mitram Graheshu Cha.
Vyaadhitasyaushadhim Mitram Dharmo Mitram Mritasya Cha.

வீட்டை விட்டு வெளியே தேசாந்திரம் செல்லும் போது ஒருவனின் ஞானமே அவனுக்கு சிறந்த நண்பனாகும். வீட்டில் ஒருவனின் மனைவியே அவன் சிறந்த நண்பனாகும். நோயாளிக்கு சிறந்த மருந்தே நண்பனாகும். ஒருவன் இறந்த பின் அவன் செய்த தர்மமே அவனுக்கு சிறந்த நண்பனாகும் (ஒருவன் தனது தர்மத்தை சிரத்தையுடனும் திண்மையாகவும் கடைபிடித்தால் அவன் இறந்தபின் இறையருள் அவனுக்கு நிச்சயம் கிட்டும்).

இன்பங்களும் மகிழ்ச்சியும்

यस्य पुत्रो वशीभूतो भार्या छन्दानुगामिनी।
विभवे यस्य सन्तुष्टिस्तस्य स्वर्ग इहैव हि ॥ 93 ॥

Yasya Putro Vasheebhooto Bharyaa Chandaanugaamini.
Vibhave Yasya Santushtistastya Svarga Ihaiv Hi.

ஒருவனுக்கு கீழ்படிதல் உள்ள மகன், வேதம் கூறும் ட ்தயில் பக்தியுடன் இருக்கும் மனைவி, தன்னுடன் உள்ள செல்வத்துடன் திருப்தி இவை இருந்தால் அவன் பூலோக சொர்கத்தில் வாழ்கிறான்.

भोज्यं भोजनशक्तिश्चं रतिशक्तिश्चं वारांगना।
विभवो दानशक्तिश्च नाल्पस्य तपसः फलम् ॥ 94 ॥

Bhojyam Bhojanshaktishacham Ratishaktishcham Vaaraanganaa.
Vibhavo Daanshaktishcha Naalpasya Tapasah Phalam.

உண்ண உணவும், அதை ஜீரணிக்க சக்தியும், அழகான பெண்ணும் அதை அனுபவிக்கும் சக்தியும், நிறைந்த செல்வமும் அதை நல்ல முறையில் செய்யும் தானமும் அமைவதே ஓர்வன் செய்த தவம் மற்றும் அச்சார அனுஷ்டாடங்களின் பலனும் ஆகும்.

सन्तोषामृततृप्तानां यत्सुखं शान्तिरेव चे।
नच तद्धनलुब्धानामितश्चेतश्च धावताम् ॥ 95 ॥

Santoshaamrittriptaanaam Yatsukham Shaantireva Che.
Na Cha Taddhanlubddhaanaamitashchetashch Dhaavatam.

அமைதி மற்றும் மகிழ்ச்சியால் கிட்டும் திருப்தி எனும் அமுதம் இக உலகின் செலவத்தை தேடுபவர்களுக்கு, லௌகீக இன்பங்களை நாடுவோருக்கு கிட்டாது.

नास्ति कामसमो व्याधिर्नास्ति मोहसमो रिपुः।
नास्ति कोप समो वह्नि र्नास्ति ज्ञानात्परं सुखम् ॥ 96 ॥

Naasti Kaamasamo Vyaadhirnaasti Mohasamo Ripuh.
Naasti Kopa Samo Vahanirnaasti Gyaanaatparam Sukham.

கட்டுபாடற்ற காம இச்சை ஒரு கொடிய நோய், அறியாமை மற்றும் மோகம் கொடிய எதிரி, கோபம் ஒரு கொடிய நெருப்பு, தன்னை அறிதல் அனைத்திலும் உயர்ந்த இன்பம்.

माता चकमला देवी पिता देवो जनार्दनः।
बान्धवा विष्णुभाक्ताश्चस्वदेशो भूवनत्रयम् ॥ 97 ॥

Maataa Chakamalaa Devi Pitaa Devo Janaardanah.
Baandhavaa Vishnubhakttaashcha Svadesho Bhuvanatrayam.

லஷ்மி தேவியை போன்ற ஒரு தாயும், மகா விஷ்ணுவை போல் ஒரு தந்தையும் மகா விஷ்ணுவின் பக்தர்களே சகோதரர்களும், மற்ற உறவினரும் ஆக ஒரு இல்லத்தில் அமைந்தால் மூவுலகின் இன்பமும் (தேவ லோகம், பூலோகம் மற்றும் பாதாள லோகம்) அங்கு நிலவும்.

துக்கம்

कान्तावियोग स्वजनापमानो
ऋणस्य शेषः कुनृपष्य सेवा।
दरिद्रभावो विषया सभा च
विनाग्निमेते प्रदहन्ति कायम् ॥ 98 ॥

Kaantaaviyog Svajanaapamaano
Rinasyasheshah Kunripasya Sevaa.
Daridra Bhaavo Vishayaa Sabhaa Cha
Vinaagnimete Pradahanti Kaayam.

உற்றாரின் பிரிவு, நெருங்கிய சொந்தங்களின் அவமதிப்பு, செலுத்தாத கடன், கொடுங்கோல் மன்னிடம் சேவகம், தரித்திரம், கொடியோர் சகவாசம் இவை ஒருவனின் உடம்பை நெருப்பில்லாமலே அழித்துவிடும்.

कुग्रामवासः कुलहीन सेवा
कुभोजनं क्रोधमुखी च भार्या।
पुत्रश्च मूर्खो विधवा च कन्या
विनाग्निमेते प्रदहन्ति कायम् ॥ 99 ॥

Kugraamavaasah Kulaheen Sevaa
Kubhojanam Krodhamukhee cha Bhaaryaa.
Putrashcha Moorkho Vidhavaa Cha Kanyaa
Vinaagnimete Pradahanti Kaayam.

கொடியோரின் கிராமத்தில் வசித்தல், தாழ்ந்த குடும்பத்தில் சேவகம், சத்தற்ற உணவு, தீயவை பேசும் மனைவி, முட்டாள் மகன்கள், விதவை மகள்கள் – இவை ஒருவனின் உடம்பை நெருப்பில்லாமலே அழித்துவிடும்.

वृद्धकाले मृता भार्या बन्धुहस्तगतं धनम्।
भोजनं च पराधीनं तिस्त्र पुसां विडम्बना ॥ 100 ॥

Vriddhakaale Mritaa Bhaaryaa Bandhuhastagatam Dhanam.
Bhojanam Cha Paraadheenam Tishtra Pusaam Vidambanaa.

முதுமையில் மனைவியின் மரணம், சகோதரனிடம் உன் செல்வத்தின் கட்டுபாடு, தினசரி உணவுக்கு பிறர் கையை எதிர் பார்ப்பது, இவை மிகுந்த முரண்பாட்டை உருவாக்கி மிகுந்த துன்பத்தை தரும்.

कष्टं च खलु मूर्खत्वं कष्टं च खलु यौवनम्।
कष्टात्कष्टरं चैव परगेहनिवासनम् ॥ 101 ॥

Kashtam Cha Khalu Moorkhatvam Kashtam Cha Khalu
Yauvanam.Kashtaatkashtaram Chaiv Pargehnaivaasanam.

ஒருவனின் முட்டாள் தனமும் (சுய) இளைமைக்கால கொண்டாட்டமும் துன்பத்தை தந்தாலும், அடுத்தவர் வீட்டில் தங்க வேண்டிய (நிர்பந்தம்) தான் மிகப் பெரிய துன்பம்.

अयममृतणनिधानं नायको औषधीनां
अमश्तमयशरीरः कान्तियुक्तोऽपि चन्द्राः।
भवति विगतरश्मिर्मण्डले प्राप्य भानोः
परसदननिविष्टः को न लघुत्वं याति ॥ 102 ॥

Ayamamritnanidhaanam Naayako Aushadheenaam
Amritmaya Shareerah Kaantiyuktoapi Chandrah.
Bhavati Vigatarashmirmandale Praappya Bhaanoh
Parsadananivishtah Ko Na Laghutvam Yaati.

பலத்தின் ஊற்று, மருந்துகளின் கடவுள், ஒளிரும் அமுத நிலவு, கதிரவனின் ஒளிவட்டத்தில் வந்ததும் களை இழந்து போகிறது. அடுத்தவர் வீட்டில் வாழ நேர்ந்தால் யார் தான் மாட்சிமை இழக்க மாட்டார்கள்? (மருந்துகளின் மூலதாரமான மூலிகை மற்றும் பிற தாவரங்கள் அமுதம் நிறைந்த நிலவு கதிர்கள் பெற்று தங்கள் மேலான மருத்துவ குணத்தை மேம்படுத்ததிக் கொள்வதாக கூறப்படுகிறது. அத்தகைய வனப்பையும் செல்வத்தையும் பெற்ற நிலவே கதிரவன் வரவால் தன் இரவு வீட்டில் இருந்து பகல் வீட்டிற்கு வரும் போது பொலிவை இழந்துவிடுகிறது.

अनवस्थिकायस्य न जने न वने सुखम्।
जनो दहति संसदर्गाद् वनं सगविवर्जनात ॥ 103॥

Anavasthikayasya na Jane Na Vane Sukham.
Jano Dahati Sansadargaad Vanam Sagavivarjanaat.

எவன் ஒருவனின் மனம் திடமாக இல்லையோ அவனுக்கு நாட்டிலும் தனிமையிலும் காட்டிலும் மகிழ்ச்சி கிட்டாது. கூட்டத்தில் இருக்கும்போது

தனிமைக்காகவும் தனிமையில் இருக்கும் போது கூட்டத்திற்காகவும் ஏங்குவான்.

संसारातपदग्धानां त्रयो विश्रान्तिहेतवः।
अपत्यं च कलत्रं च सतां संगतिरेव च ॥ 104 ॥

Sansaaraatpadagdhaanam Trayo Vishraantihetavah.

Apattyam Cha Kalatram Cha Sataam Sangatirev Cha.

உலகியல் வாழ்வில் நாட்டமுள்ளவர்கள் மூன்று சூழலில் நிம்மதி அடைவர். தன் மகனுடன் இருக்கும் போது, மனைவியுடன் இருக்கும் போது, மற்றும் சத் சங்கத்தில் இருக்கும் போது (இதன் பொருள் உலகியல் வாழ்வில் உழன்று களைத்த ஒருவன் தன் குடும்பத்திலோ அல்லது சத் சங்கத்திலோ நிம்மதி அடைகிறான். அத்தகைய ஒன்றுதல் உழைத்துக் களைத்த அவன் உடலுக்கும், மனத்திற்கும் புத்துணர்ச்சி அளிக்கிறது.

அறிவுதிறம் மற்றும் கல்வி

रूपयौवनसम्पना विशालकुलसंभवाः।
विद्याहीना न शोभन्ते निर्गन्धा इव किंशुकाः ॥ 105 ॥

Roopyauvansampanna Vishaatkulsambhavaah.
Viddyaaheenaa Na Shobhante Nirgandhaa Iv Kinshukaah.

ஒருவன் நல்ல உடற்கட்டோடு இருந்தாலும் மேட்டுக்குடியில் பிறந்திருந்தாலும் வனப்பும் வசீகரமும் நிறைந்திருந்தாலும் கல்வி அறிவு இல்லை என்றால் பயனற்றவனாக நல்ல அபிப்ராயம் அற்றவனாகவும் ஒரு அரசு பூ போல் இருப்பான் (பலாஷ்) பூக்கள் வண்ணங்கள் மட்டுமே கொண்டிருக்கும், வாசம் இருக்காது.

कामधेनुगुणा विद्या ह्ययकाले फलदायिनी।
प्रवासे भातृसदृशा विद्या गुप्तं धनं स्मृतम् ॥ 106 ॥

Kamdhenugunaa Viddyaa Hayakaale Phaladaayini.
Pravaase Bhaatrisadrishaa Viddyaa Guptam Dhanam Smritam.

ஞானம் அல்லது கல்வி காமதேனு பசுவை போல் சோதனை காலத்திலும், வெளிநாட்டு பயணத்திலும் நல்லவற்றை தரும். தாயை போல் காத்து ஒரு ரகசிய புதையலை போல் பயன் தரும்.

श्वानपुच्छमिव व्यर्थं जीवितं विद्यया बिना।
न गुह्यं गोपने शक्तं न च दंशनिवारणे ॥ 107 ॥

Shvaanpuchchamiv Vyarth Jeevitam Viddyayaa Binaa.
Na Griham Gopane Shaktam Na Cha Danshanivaarne.

கல்வி அறிவற்ற ஒருவனின் வாழ்க்கை தன் ரகசிய பாகங்களை மறைக்க, ஈ மற்றும் கொசுக்களை விரட்டக்கூட பயன்படாத ஒரு நாய் வாலைப்போல் பயன்படாமலும் போகும். (ஞானமும் கல்வி அறிவும் இல்லாத வாழ்வில் எந்த மதிப்பும் இல்லை. அது தேவைகளை பூர்த்தி செய்வதுமில்லை. துர்பாக்கிய சாலிக்கு எந்த சுகத்தையும் தருவதில்லை என சாணக்கியர் கூறுகிறார்.

विद्वान् प्रशस्यते लोके विद्वान् सर्वत्र गौरवम्।
विद्यया लभते सर्वं विद्या सर्वत्र पूज्यते ॥ 108 ॥

Vidvaan Prashasyate Loke Vidvaan Sarvatra Gauravam.
Vidyayaa Labhate Sarva Viddyaa Sarvatra Poojyate.

படித்தவன் – அறிஞன் அனைவாலும் பாராட்டப்பட்டு சமுதாயத்தில் ஒரு நல்ல அந்தஸ்த்தை அடைகிறான். கல்வி ஒருவனுக்கு அவன் விரும்பும் அனைத்தையும் தருவதால் அது எங்கும் போற்றப்படுகிறது.

दूतो न सञ्चरित खे न चलेच्च वार्ता
पूर्वं न जलिपतामिदं न च संगमोऽस्ति।
व्योम्निस्मि रविशशिग्रहणं प्रशस्तं
जानाति यो द्विजवरः स कथं न विद्वान् ॥ 109 ॥

Dooto Na Sancharit Khe na Challechch Vaartaa
Poorvam Na Jalipatamidam Na Cha Sangamoasti.
Vyomnismim Ravishashigrahanam Prashstam
Jaanati Yo Dvijavarah Sa Katham Na Viddvan.

வானத்திற்கு ஒரு தூதுவனை அனுப்ப முடியாது. எந்த ஒரு தொடர்பையும் நிறுவ முடியாது. அங்கு யார் யார் இருக்கிறார்கள் என்பதை யாரும் கூறவில்லை. இருந்தபோதும் அறிஞர்கள் சூரிய சந்திர கிரகணங்களை துல்லியமாக கணிக்கின்றனர். அவர்களை சிறந்த அறிஞர்கள் என்று கூறு எவர் தான் தயங்குவர்?

மாணக்கர்

सुखार्थी चेत् त्येजेद्विद्यां विद्यार्थी चेत् त्यजेत्यसुखम्।
सुखार्थिनः कुतो विद्या कुतो विद्यार्थिनः सुखम् ॥ 110 ॥

Sukhaarthee Chet Tyejedviddyaam Viddyaarthee Chet
Tyajettsukham.Sukhaarthinaha Kuto Viddyaa Kuto Viddyaarthinah Sukham.

ஒருவன் சொகுசாக இருக்க விரும்பினால் கற்கும் எண்ணத்தை கைவிட வேண்டும். ஒருவன் சிரத்தையுடன் கற்க விரும்பினால் சொகுசாக வாழ்வதற்கு ஏங்கக்கூடாது. ஒருவனுக்கு ஒரே சமயத்தில் சொகுசும் கல்வியும் கிட்டாது.

कामं क्रोधं तथा लोभं स्वाद शृंगारकौतुकम्।
अतिनिद्राऽतिसेवा च विद्यार्थी ह्याष्ट वर्जयेत् ॥ 111 ॥

Kaamam Krodham tathaa Lobham Svaad Shringaarkautukam.
Atinidraatisevaa cha Viddyaarthee Hayaashta Varjayet.

கல்வியில் நாட்டமுள்ள மாணக்கர் கீழ்கண்டவற்றை செயல்களை நீக்க வேண்டும் – புணர்ச்சி, வெட்டிப்பேச்சு, சினம் மற்றும் பேராசை, சுய ஒப்பனை, பொருட்காட்சி மற்றும் கேளிக்கைகளில் நாட்டம், அதிகமான தூக்கம், எதிலும் அளவு கடந்த ஈடுபாடு (சுருங்கக்கூறின் மாணக்கர் கல்வி அறிவு பெறுதலை ஒரு கடும் தவம் போல் அனைத்து எளிமைகளையும் மேற்கொண்டு ஈடுபடவேண்டும். எவனொருவன் சொகுசாக கல்வி கற்க முயல்கிறானோ அவன் உண்மையில் அதை பெறுவதில்லை. மாறாக எளிமையுடன் ஒரு தவமாக அதை முயல்பவனே கல்வி பெறுவதில் வெற்றி அடைகிறான் என்று சாணக்கியர் கூறுகிறார்.

यथा खनित्व खनित्रेण भूतले वारि विन्दति।
तथा गुरुगतां विद्यां शुश्रूषुरधिगच्छति ॥ 112 ॥

Yathaa Khanittvaa Khanitren Bhootale Vaari Vindati.
Tathaa Gurugataam Viddyaam Shushrushuradhigachhati.

ஒருவன் மண்வெட்டியால் நிலத்தை தோண்டி நீரை எடுக்க முனைகிறானோ அதை போல் ஒரு மணாவன் தன் குருவிடம் இருந்து ஞானத்தை பெற முயல வேண்டும். (நிலத்தடியிலிருந்து நீரை பெற ஒருவன் கடுமையாக உழைப்பை மேற்கொண்டு, குருவுக்கு தொண்டு செய்து ஞானத்தை பெற வேண்டும் என சாணக்கியர் கூறுகிறார்.

एकाक्षरं प्रदातारं यो गुरुं नाभिवन्दते।
श्वानयोनि शतं भुक्तवा चाण्डालेष्वभिजायते ॥ 113 ॥

Ekaaksharam Pradaataaram Yo guruam Naabhivandate.
Shvaanyoni Shatam Bhuktavaa Chaandaaleshvabhijaayate.

எவனொருவன் குருவிடமிருந்து ஏகாட்சர மந்திர ஞானத்தை (ஒரு அட்சர ஓம்) பெற்ற பின்பும் குரு வந்தனம் செய்யாதிருக்கிறானோ அவன் நூறு பிறவி நாயாக பிறந்து மனித பிறப்பால் பறையானாக ஆகிறான்.

पुस्तकं प्रत्याधीतं नाधीतं गुरुसन्निधौ।
सभामध्ये न शोभन्ते जारगर्भा इव स्त्रियः ॥ 114 ॥

Pustakam Prattyaadheetam Naadheetam Gurusannidhau.
Sabhamaddhye Na Shobhante Jaargarbhaiv Istriyah.

ஒரு குருவிடம் சென்று அவரின் ஆசி பெற்று கல்வி பயிலாமல் வெறும் புத்தகங்களை மற்றும் படித்து அறிவை வளர்த்துக்கொள்ள நினைப்பவன் சமுதாயத்தில் ஒரு பெண் முயைற்ற தொடர்பின் மூலம் கருத்தரித்தால் என்ன நிலையில் வைக்கப்படுவாளோ அந்த நிலையில் வைக்கப்படுவான் (குருவின் பயிற்றுவிப்பின் மூலம் கிட்டாத அறிவு அறிவே அல்ல என் குரு – சீடன்

பாரம்பரியத்தை தீவிரமாக வலியுறுத்தும் சாணக்கியர் கருதுகிறார். அவர் அத்தகைய அறிவு பூர்த்தியற்றதும் அதிக சேதாரத்தை விளைவிப்பதுமாகும் என மிகச்சரியாக வலியுறுத்துகிறார்.

किं कुलेन विशालेन विद्याहीने च देहिनाम्।
दुष्कुलं चाऽपि विदुषो देवैरपि हि पूज्यते ॥ 115 ॥

Kim Kulen Vishaalen Viddyaaheene Cha Dehinaam.
Duskulam Chapi Vidusho Devarirapi Hi Poojyate.

உயர் குடியில் பிறந்தாலும் கல்வி அற்றவன் ஒரு பயனற்றவன் ஆவான். ஒரு அறிஞன் தாழ்ந்த குடியில் பிறந்தாலும் தெய்வங்களால் போற்றப்படுவான்.

धनहीनो न च हीनश्च धनिक स सुनिश्चयः।
विद्या रत्नेन हीनो यः स हीनः सर्ववस्तुषुः॥ 116 ॥

Dhanheeno na Cha Heenashcha Dhanik Sa Sunishchayah.
Viddhya Ratnen Heeno Yah Sa Heenah Sarvavstushuh.

செலவங்கள் இல்லாத ஒருவன் உண்மையில் ஏழை அல்ல. அவன் செல்வந்தனாகலாம். ஆனால் கல்வி அறிவற்ற ஒருவன் எல்லா வகைகளிலும் போண்டி ஆவான்.

एकमेवाक्षरं यस्तुः गुरुः शिष्टां प्रबोधयेत्।
पृथिव्यां नास्ति तद्द्रव्यं यद् दत्त्वा दानृणे भवेत् ॥ 117 ॥

Ekamevaaksharam Yastuh Guruh Shishtaam Prabodhayet.
Prithivyaam Naasti Taddravyam Yad Dattvaa Daanrine Bhavet.

ஒற்றை அட்சர மந்திரத்தால் (ஓம்) (தன் மாணக்கர்களை) ஒளியூட்டும் குருவுக்கு மிகவும் கடமை பட்டவராவர். பூமியில் எந்த ஒரு பொருளும் தந்து குருவின் கடனை அடைக்க இயலாது (தன் குருவிடம் இருந்து அத்தகைய கல்வி பெரும் மாணக்கர் ஒருபோதும் அந்த கடனில் இருந்து விடுபட இயலாது)

ஒழுக்கம் ஓம்புதல்

गुणाः सर्वत्र पूज्यन्ते न महत्योऽपि सम्पदः।
पूर्णेन्दु किं तथा वन्द्यो निष्कलंको यथा कृशः ॥ 118 ॥

Gunaah Sarvatra Poojyante Na Mahattyoapi Sampadah.
Poornendu Kim Tathaa Vanddyo Nishkalenko Yatha Kushah.

ஒழுக்கம் மட்டுமே எங்கும் ஓம்பப்படும். செல்வமோ அல்லது அதிதியான செல்வமே அல்ல. முழு நிலவுக்கு கிடைக்கும் அதே பிறை மிகவும்

போற்றப்படுகிறது. ஏனெனில் இந்த பிறையில் நிலவின் கறை தெரிவதில்லை. ஆனால் முழு நிலவு, அதிக ஒளி தந்தாலும், கறை அதிகமாக தென்படும். நிலவின் கறையற்ற பகுதியே அதிகமாக போற்றப்படும். அதை போலவே ஒரு செல்வந்தன் எவ்வளவு சொத்துக்கள் வைத்திருந்தாலும் அவன் ஒழுக்கமானாவனாகவே அல்லது குற்றம் அற்றவனாகவே இல்லாவிட்டால் ஒரு செல்வம் குறைந்து, ஒழுக்கம் நிறைந்தவனுக்கு கிடைக்கும் மரியாதையை விட குறைவாகவே கிடைக்கும்.

विवेकिनमनुप्राप्तो गुणो याति मनोज्ञताम्।
सुतरां रत्नमाभाति चामीकरनियोजितम्॥ 119 ॥

Vivekinmanuprapato Guno Yaati Manogyataam.
Sutaraam Rattnamaabhaati Chaameekarniyojitam.

பொன்னில் பதித்த மனி அழகுக்கு அழகூட்டுவ போல சான்றோரின் ஒழுக்கம் அதிகம் ஒளிரும்.

गुणं सर्वत्र तुल्योऽपि सीदत्येको निराश्रय:।
अनर्घ्यमपि मणिक्यं हेमारयमपेक्षते ॥ 120 ॥

Gunam Sarvatra Tullyoapi Seedttyeko Niraashrayah.
Anadharyamapi Manikyam Hemaarayamapekshate.

சரியான ஆதரவு கிடைக்கவில்லை என்றால் ஒழுக்கமான மனிதன் கூட துயரத்தில் ஆழ்வான். எவ்வளவு அப்பழுக்கற்றதாய் இருந்தாலும் ஒரு இரத்தினக்கல்லுக்கு ஒளி வீச தளம் தேவை.

सत्यं माता पिता ज्ञानं धर्मो भ्राता दया सखा।
शान्ति: पत्नी क्षमा पुत्र: षडेते मम बान्धवा: ॥ 121 ॥

Sattyam Maataa Pitaa Gyaanam Dharmo Bhraataa Dayaa Sakhaa.
Shaantih Patnee Kshmaa Putrah Shadete Mam Baandhavaah.

வாய்மை தாய், ஞானம் என் தந்தை, தர்மம் ஏன் சகோதரன், கருணை என் நண்பன், அமைதி என் மனைவி, மன்னிப்பு என் தனையன். இந்த ஆறு நற் குணங்களும் என் உண்மையான உறவினர்.

व्यालाश्रयापि विफलापि सकण्टकापि
वक्रापि पंकसहितापि दुरासदापि।
गन्धेन बन्धुरसि केतकि सर्वजन्तो-रेको गुण:
खलु निहन्ति समस्तदोषान् ॥ 122 ॥

Vyaalaashrayaapi Viphalaapi Sakantkaapi
Vakraapi Pankasahitaapi Duraasadaapi.
Gandhen Bandhurasi Ketaki Sarvajantoreko
Gunah Khalu Nihanti Samastdoshaan.

ஓ! பாரிசாத மரமே (பண்டனுஸ்) நீ பாம்புகளின் உறைவிடமாக இருந்தாலும், உன்னில் கனிகள் தோன்றாவிட்டாலும் – முட்கள் நிறைந்திருந்தாலும் – சோற்றில் தோன்றி யாரும் நெருங்க இயலாத புதரில் தோன்றினாலும், உன் நறுமணத்தின் காரணமாக நீ அனைவருக்கும் பிரியமானவளாக இருக்கிறாய். ஒரு சிறந்த குணம் அனைத்து குறைகளையும் நீக்கி விடுகிறது.

गुणैरुत्तमतां यान्ति नोच्चैरासनसंस्थितैः।
प्रासादशिखरस्थोपि किं काको गरुडायते ॥ 123 ॥

Gunairuttamataam Yaanti Nochairaasansansthitai.
Praasaadshikharasthoapi Kim Kaako Garudaayate.

ஒருவனின் தரத்தை அவன் நற் குணங்களே உயர்த்துகிறது. அவன் நிலை அல்ல. மாளிகை உச்சியில் இருந்தாலும் காகம் கருடனாகது (புரானங்களில் கூறப்படும் பறவைகளின் தலைவன்).

परमोक्तगुणो यस्तु निर्गुणोऽपि गुणी भवेत्।
इन्द्रोऽपि लघुतां याति स्वयं प्रख्यापितैर्गुणैः ॥ 124 ॥

Paramoktaguno Yastu Nirgunoapi Gunee Bhavet.
Indroapi Laghutaam Yaati Svayam Prakhyaapitaairgunaih.

நற்குணங்கள் இல்லாத ஒருவனை மற்றவர் புகழ்ந்தால், அவனுக்கு ஒரு தகுதி வந்து விடும். இந்திரனே (கடவுளின் தலைவன்) ஆனாலும் தற்புகழ்ச்சியால் அவன் நிலை தாழ்நதுவிடும்.

நுண்மதி

यस्य नास्ति स्वयं प्रज्ञा शास्त्रं तस्य करोति किम्।
लोचनाभ्यां विहीनस्य दर्पणं किं करिष्यति ॥ 125 ॥

Yasya Naasti Svayam Pragyaa Shaastram Tassya Karoti Kim.
Lochanaabhyaam Viheenasya Darpanam Kim Karishyati.

நுண்மதி அற்ற ஒருவனுக்கு கிரந்தங்கள் என்ன செய்ய இயலும்? குருடனுக்கு கண்ணாடியில் ஏது பயன்?

अन्तःसारविहीननामुपदेशो न जायते।
मलयाचलसंसर्पान्न वेणुश्चन्दनायते ॥ 126 ॥

Antahsaarviheenanaamupdesho Na Jaayate.
Malyaachal Sansarpaanna Venushchandanaayate.

நுண்மதி அற்றவனுக்கு அனைத்து அறிவுரையும் வீணே. மலையாச்சலத்தில் (சந்தன மரங்கள் நிறைந்த பகுதி. தோன்றினாலும் மூங்கில் சந்தனகட்டையாகது.

न वेत्तियो यस्य गुणप्रकर्ष
स तु सदा निन्दंति नात्र चित्रम्।
यथा किराती करिकुम्भलब्धां
मुक्तां परित्यज्य विभर्ति गुञ्जाम् ॥ 127 ॥

Na Vettiyo Yasya Gunaprakarsha
Sa Tu Sadaa Nindanti Naatra Chittram.
Yatha Kiraati Karikumbhalabdhaam
Muktaam Parittyaajya Vibharti Gunchaam.

நற்குணங்கள் அறியார் அவற்றை தாழ்ச்சியாக நினைப்பது வியப்பில்லை. கிராதி (பில் பெண்மனி) யானையின் மோதகத்தில் கிட்டும் உயர்ந்த மணியை, சாதரண குஞ்சு மணிக்காக (சாதாரணமான மலிவான முத்துக்கள்) விட்டொழித்து அதை தன் கழுத்தாபரணத்தில் பதித்துக் கொள்வாள் (ஏனெனில் பில் பெண்மணிக்கு யானையின் மோதத்தில் கிட்டும் உயர்ந்த மணியை பற்றி தெரியாததால் அவள் அதை நிராகரித்து சாதரணமான மலிவான முத்துக்களை ஏற்றுக்கொள்கிறாள்).

दानार्थिनो मधुकरा यदि कर्णतालै
दूरीकृता करिवरेण मदान्धबुद्ध्या।
तस्यैव गण्डयुगमण्डनहानिरेव
भृंगा: पुनर्विकचपद्मवने वसन्ति ॥ 128 ॥

Daanaarthino Madhukaraa Yadi Karnataalai
Doorikritaa Karivaren Madaandbuddhayaa.
Tasyaiv Gandayugamandanahaanireva
Bhringaah Punarvikachapaddmavane Vasanti.

மதுவருந்திய யானை தேன் வண்டுகளை (கரு – வண்டுகள்) தன் காதுகளை அசைத்து விரட்டி விடுகின்றன.

அதனால் யானையின் மத்தகம் வனப்பு குன்றுவதால் இழப்பு யானைக்குத்தானன்றி தேன் வண்டுகளுக்கல்ல. தேன் வண்டுகள் மீண்டும் தாமரை கூட்டங்களுக்கு திரும்புகின்றன (யானை குட்டிகளின் காதில் இருந்து நறுமணமிக்க ஒரு திரவம் சுரந்து அவை கரு வண்டுகளை ஈர்க்கின்றன). கரு – வண்டுக் கூட்டம் யானையின் தலையை சுற்றி அதன் வன்தோல் முகத்தில் ஒரு வனப்பை கூட்டுகிறது. யானை தன் காதுகளை ஆட்டி அவற்றை விரட்டுவதால், யானை தான் வனப்பை இழக்கின்றதே அன்றி, மீண்டும் தாமரை கூட்டத்தை நாடிச் செல்லும் வண்டுகள் கூட்டமல்ல. இதன் பொருள் முட்டாள்கள் நற்குணங்களுக்கு மதிப்பளிக்கா விட்டால் இழப்பு அவர்களுக்கு அன்றி அனைவருக்கும் போற்றும் நற்குணங்களுக்கல்ல).

पठन्ति चतुरो वेदान् धर्मशास्त्राण्यनेकश:।
आत्मानं नैव जानन्ति दर्वी पाकरसं यथा ॥ 129 ॥

Pathanti Chaturo Vedaan Dharmashastraannyanekashah.
Aattmaanam Naiv Jaananti Daveem Paakarasam Yathaa.

ஒரு அறிவிலி நான்கு வேதங்களையும் பிற கிரந்தங்களையும் படித்தாலும், சட்டுவம் உணவின் சுவையை அறியாததை போல் அவனும் தன்னை உணர மாட்டன்.

சான்றோர்

अधीत्येदं यथाशास्त्रं नरो जानाति सत्तमः।
धर्मोपदेशविख्यातं कार्याकायशुभाशुभम् ॥ 130 ॥

Adheettyedam Yathaashaastram Naro Jaanaati Sattamah.
Dharmopadeshvikhyaatam Kaaryaa Kaayashubhashubham.

இந்த மணி மொழிகளை (அறவழி பாக்களின் தொகுப்பு) படித்து அதன் நுட்பமான பொருளையும் ஒருவன் செய்ய வேண்டியது, கூடாதது எது தர்மம், எது தர்மம் அல்ல, எது உகந்தது எது உகந்ததல்ல போன்றவற்றை தெரிந்து கொண்டவன் உண்மையில் சான்றோன் ஆவான்.

अहो स्वित् विचित्राणि चरितानि महात्मनाम्।
लक्ष्मीं तृणाय मनयन्ते तद्भरेण नमन्ति च ॥ 131 ॥

Aho Svit Vichitraani Charitaani Mahaatmanaam.
Laxmmem Trinaaya Mannyante Taddbharen Namanti cha.

ஆன்றோர் அனைவரும் ஒரே குணாதியசம் கொண்டவர் அவர் அனைவரும் லஷ்மி தேவியை (செல்வத்தை) ஒரு புல்லாகவே கருதுவர். ஆனால் அவள் பளுவால் நசுங்குவர் (ஆன்றோர் செல்வத்தை ஒரு பொருட்டாக கருத மாட்டார். ஆனால் செல்வம் சேர்ந்த பின்னர் அவர்கள் மென்மேலும் பணிவுடன் எளியவர்களாகவும் திகழ்வர்.

स्वर्गस्थितानामिह जीवलोके
चत्वारि चिह्नानि वसन्ति देहे।
दानप्रसंगो मधुरा च वाणी
देवार्चनं ब्राह्मणतर्पणं च ॥ 132 ॥

Svargamsthitaanaamih Jeevaloke
Chattvaari Chinnhaani Vasanti Dehe.
Daanprasango Madhura Cha Vaani
Devaarchanam Braahamantarpanam cha.

எவனொருவன் இனிமையான குரலும், இறைவழிபாடு செய்பவனும், அந்தணர்களை திருப்தி படுத்துபவனும் தர்மம் செய்வதில் ஈடுபாடு உள்ளவனும் ஆக இருக்கிறானோ அவன் பூவுலகத்தில் தெய்வமாவான். இந்த நான்கு குணங்களும் உள்ளவன் மனிதருள் மாணிக்கம்.

युगान्ते प्रचलेन्मेरुः कल्पान्ते सप्त सागराः।
साधवः प्रतिपन्नार्थन्न चलन्ति कदाचन ॥ 133 ॥

Yugaante Prachalenmeruh Kalpaante Sapta Saagaraah.
Saadhavah Pratipannarthanna Chalanti Kadaachan.

ஒரு யுகத்தின் முடிவில் சுமேரு மலை இடம் பெயரலாம். அல்லது ஏழு கடல்களும் ஒரு கல்ப முடிவில் (இருபத்தேழு யுகங்களின் சுழற்சி கொண்ட காலத்தின் மிகப் பெரிய அலகு. ஒவ்வொன்றிலும் நான்கு யுகங்கள் சத்யா, த்ரேதா, த்வாபரா மற்றும் கலியுகம்) நிலை மாறலாம். ஆனால் சான்றோர் தன் பாதையில் இருந்து என்றும் மாற மாட்டார்.

अयुक्तस्वामिनो युक्तं युक्तं नीचस्य दूषणम्।
अमृतं राहवे मृत्युर्विषं शंकभूषणम् ॥ 134 ॥

Ayuktasvaamino Yuktam Yuktam Neechasya Dooshanam.
Amritam Raahave Mrittyurvisham Shankbhooshanam.

ஒரு திறமையான முதலாளியிடம் பயனற்ற பொருளும் பயனுள்ளதாகவும் போற்றத்தக்கதாகவும் மாறி விடும். அதே போல் சிறந்த பயனுள்ள, விலை மதிப்பற்ற பொருளும் ஒரு உதாவக்கரை முதலாளியிடம் பயன்ற்றதாகிவிடும். பரமசிவன் ஆலகால விஷத்தையும் தன் கழுத்துக்கு ஆபரனமாக்கிக் கொண்டார். அசுர ராகுவோ அமுதை உண்டு சிரத்தை இழந்தது (இந்த கருத்தை வலியுறுத்த சாணக்கியர் இரண்டு புராண நிகழ்வுகளை சுட்டிக்காட்டுகிறார். தேவரும், அசுரரும் சேர்ந்து பாற் கடலை கடைந்த போது ஆலகால விஷம் தோன்றியது. உலகை காக்க பரமசிவன் அதை உண்டு தன் தொண்டையோடு நிறுத்தி கொண்டார். கொடிய நஞ்சின் தன்மையால் அவர் தொண்டை நில நிறமாக மாறிவிட்டது. அந்த நஞ்சு அவருக்கு நீல கண்டன் அல்லது நீல கந்தா என்ற பெயரை பெற்றுத்தந்தது. பாற்கடலை கடையும் போது அமுதம் வந்தது. தேவரும் அசுரரும் அதற்காக சண்டையிட்டனர். பகவான் மகாவிஷ்ணு அழகிய பெண் மோகினியாக அவதாரமெடுத்து தேவர்களின் வாயில் அதை ஊற்றினார். மாகவிஷ்னுவின் இந்த திருவிளையாடலை புரிந்து கொண்ட அசுரன் ராகு மாறு வேடத்தில் தேவர் பக்கம் வந்து அமுதை உன்ன வந்தான் ஆனால் அந்த தேவ அமுதை உண்ட அந்த கணம் (அயன், சூரிய கடவுள் மற்றும் சந்திர கடவுள் அந்த அசுரனை காட்டிக்கொடுக்க அங்கேயே மகாவிஷ்ணு தன் சக்கரத்தால் அவன் தலையை கொய்தார். ஆனால் அவன் கழுத்தில் அமுதம் இருந்தாலும், அவன் கழுத்து துண்டான போதும் அவனால் இறக்க இயலவில்லை. புராணத்தில் தலை தனியாக ராகுவும் உடல் தனியாக கேதுவாகவும் காணப்படுகிறது.

अधमा धनमिच्छछन्ति धनं मानं च मध्यमाः।
उत्तमा मानमिच्छन्ति मानो हि महतां धनम् ॥ 135 ॥

Adhamaa Dhanamichchanti Dhanam Maanan cha Maddhyamaah.
Uttamaa Maanamichanti Maano Hi Mahataam Dhanam.

பாமரன் செல்வத்தை மட்டுமே நாடுவான். மத்தியஸ்தன் செல்வத்தையும் மதிப்பையும் நாடுவான். உயர்ந்தவன் மதிப்பை மட்டுமே நாடுவான். மகா புருஷர்களின் உண்மையான சொத்து மதிப்பு மட்டுமே.

प्राप्त द्यूतप्रसंगेन मध्याह्ने स्त्रीप्रसंगतः।
रात्रौ चौरप्रसंगेन कालो गच्छति धीमताम् ॥ 136 ॥

Praapta Dhyutprasangen Madhyaahne Streeprasangatah.
Ratrau Chaurprasangen Kaalo Gachhati Dheemataam.

மகா புருஷர்கள் – அறிஞர்கள் காலையில் சூதாட்டத்திலும், மதியம் பெண்களுடனும் இரவில் திருடர்களுடன் நேரத்தை செலவிடுவர் (மேலாட்டமாக அபத்தமாக தெரியும் சாணக்கியர் இந்த அதி மேதா விலாச குறிப்பீடு ஆழ்ந்த பொருள் கொண்டது. செய்யுள் நடையில் அவர் மகா புருஷர்கள் தர்ம புத்திரனின் சூதாட்ட நாட்டத்தால் உருவான மகாபாரதத்தை படிப்பதில் செலவிடுவர். மகாபாரதம் மனிதர்களின் பொதுவான பலவீனத்தை வெளிக்காட்டுகிறது. ஆகவே அறிஞர்கள் முதலில் மனிதர்களின் மடமையில் கவனம் செலுத்தி அதிலிருந்து தன்னை காத்து கொள்வர். மதியம் அவர்கள் ஒரு பெண்ணிடம் தாகத இச்சை கொண்டு – சீதையின் மேல் மையல் கொண்ட இராவணன் இறுதியில் தன் சோக முடிவை தேடிக் கொண்ட இராமாயணத்தை கற்பார். இரவுகளில் வெண்ணை மற்றும் பாலை திருடி உண்டதால், கோபியார் இதயத்தை திருடியதாலும் அனைவராலும் செல்லமாக கள்வர்தலைவன் என்று அழைக்கப்படும் பகவான் ஸ்ரீ கிருஷ்ணனை படிப்பார். சான்றோர் காலத்தை விரயம் செய்யாமல் இந்த புராணங்களை படித்து அதின் நீதி அறிந்து தங்கள் வாழ்விற்கு பயன் படுத்திக்கொள்வர். அவர் எப்போதும் ஞானத்தை தேடிக்கொண்டே இருப்பார்.

3. சத் சங்கம் (Good Company)

दर्शनध्यानसंस्पर्शैर्मत्स्यी कूर्मी च पक्षिणी।
शिशु पालायते नित्यं तथा सज्जनसंगतिः ॥ 137 ॥

Darshandhyansansparsheimartsyee Koormee Cha Pakshini.
Shishu Paalaayate Nityam Tathaa Sajjan Sangatih.

மீன்கள் தன் குஞ்சுகளை பார்த்து, ஆமை தன் குஞ்சுகளை கவனித்து, பறவைகள் தன் குஞ்சுகளை தொட்டு வளர்ப்பதை போல் மனிதர் சத் சங்கத்தால் வளர்வர்

साधुम्यस्ते निवर्तन्ते पुत्रः मित्राणि बांधवाः।
ये च तैः सह गन्तारस्तद्धर्मात्सुकृतं कुलम! ॥ 138 ॥

Saadhumyaste Nivartante Putrah Mitraani Baandhavah.
Ye cha taih Saha Gantaarstaddhramaattsukritam Kulam.

பொதுவாகவே தனையர், நண்பர், சகோதரர், ஒருவனை புனிதர், சீலர் மற்றும் அறிஞரிடம் இருந்து பிரிக்க முயல்வர். இருந்த போதிலும் அவர்களிடம் பக்தியுடன் நல்ல தொடர்பை கொண்டோர், குடும்ப வாழ்வில் பக்தியான சுழலை கொணர்வர்.

संसार कूट वृक्षस्य द्वे फले ह्यमृतोपमे।
सुभाषितं च सुस्वादुः संगति सज्जने जने ॥ 139 ॥

Sansaar Koot Vrishassya Duephale Hyumritopame.
Subhaashitam Cha Susvauduh Sangati Sajjane Jane.

இந்த உலகு, ஒரு மரத்தின் இரு தேன் கனிகளுக்கு ஒப்பானது, இனிமையான பேச்சு மற்றும் சத் சங்கம்.

साधूनां दर्शनं पुण्यं तीर्थभूताः हि साधवः।
कालेन फलते तीर्थः सद्यः साधु समागमः ॥ 140 ॥

Saadhoonaam Darshanam Punnyam Teerthabhootaah Hi Saadhavah.
Kaalen Phalate Teerthah Saddyah Saadhu Samaagamah.

ஒருவன் ஒரு புண்ணிய ஷேத்ரத்திற்கு சென்றால் தாமதமாக கிட்டும் பலனை விட அதற்கு இணையான புனிதனை சந்திப்பதால் உடனே கிட்டி பெரும் பேறு அடைகிறான்.

सत्सगतेर्भवति हि साधुता खलानां
साधूनां न हि खलसंगतेः खलत्वम्।
आमोद कुसुमभवं भूदेव धत्ते
मृद्गन्धं नहि कुसुमानिक धारयन्ति ॥ 141 ॥

Satsangaterbhavati Hi Saadhutaa Khalaanaam
Sadhunaam Nahi Khalsangateh Khalatvam.
Aamodam Kusumbhavam Bhoodev Dhatte
Mrindagandham Nahi Kusumaanik Dhaarayanti.

ஒரு சத் சங்கம் நீசரிடத்தில் நல்ல விளைவுகளை உண்டாக்கும். ஆனால் தீய அல்லது நீசர் சகவாசம் உயர்ந்தோரிடம் தீய குணத்தை ஏற்படுத்துவதில்லை. மண் மட்டுமே மலர்களின் நறுமணத்தை ஏற்கிறது. நறுமணம் மண்ணின் வாசத்தை ஏற்க மறுக்கிறது.

गम्यते यदि मृगेन्द्रमन्दिरे
लभ्यते करिकपोलमौक्तिकम्।
जम्बुका रयगतं च प्राप्यते
वत्सपुच्छखरचर्मखण्डम् ॥ 142 ॥

Gamyate Yadi Mrigendramandire
Labbhyate Karikapolmauktikam.
Jambukaarayagatam cha prappyate
Vattsapuchakharcharmakhandam.

ஒருவன் சிங்கத்தின் குகைக்குள் சென்றால் யானையின் மோதகத்தில் உள்ள மணியை அடையலாம். ஆனால் நரியின் வளைக்குள் சென்றால் கன்றின் வால் துண்டும், கழுதையின் தோலும் மட்டுமே கிட்டும் (இதன் பொருள் சத் சங்கம் நல்ல பலன்களையும் தீயோர் நட்பு தீய பலன்களையே தரும் என்பதாகும்).

आपदर्थं धनं रक्षेच्छ्रयश्च किमापदः।
कदाचिच्चलिता लक्ष्मी संचितोऽपि विनश्यति ॥ 143 ॥

Aapadartham Dhanam Rakshechayashcha Kimaapadah.
Kadaachichachalitaa Laxmi Sanchitopi Vinashyati.

ஒருவன் தன் கஷ்ட காலத்திற்காக செல்வத்தை சேமித்து வைக்க வேண்டும். துன்பம் செல்வந்தர்களை அணுகாது என்பதற்காக அல்ல. செல்வம் இயல்பில் பலவீனமானது. சேமித்த மிகுந்த செல்வமும் கணப் பொழுதில் அழிந்து விடக்கூடியது.

मूर्खाः यत्र न पूज्यन्ते धान्यं यत्र सुसंचितम्।
दाम्पत्योः कलहो नास्ति तत्र श्री स्वयमागता ॥ 144 ॥

Moorkhah Yatra Na Poojyante Dhaanyam Yatra Susanchitam.
Daampatyoh Kalaho Naasti Tatra Shree Svayamaagataa.

எங்கு முட்டாள்கள் போற்றப் பட வில்லையோ, எங்கு உணவு அபரிதமாக உள்ளதோ, எங்கு கணவன் மனைவி தங்களுக்குள் சச்சரவு

கொள்விதில்லையோ – அங்கு லக்ஷ்மி தேவி (அல்லது நல்லதிருஷ்டம்) தானாகவே வந்து வாசம் செய்கிறாள்.

यस्यार्थस्तस्यमित्राणि यस्यार्थस्तस्य बांधावा:।
यस्यार्थः स पुमांल्लोके यस्यार्थः स च पण्डितः ॥ 145 ॥

Yasyaarthsstrasyamittraani Yasyaarthastasya Baandhavah. Yasyarthah Sa Pumaanlloke Yasyaarthah Sa cha panditah.

எவனிடம் செல்வம் அதிகம் உள்ளதோ அவனுக்கு நிறைய நண்பர்கள், நிறைய உறவினர்கள் இருப்பர். அவனும் ஒரு உயர்ந்த மனிதனாக அறிஞராக கருதப்படுவான் (சாணக்கியர் இந்த கூற்று முன்பு அவரால் கூறப்பட்ட ஒரு உயர்ந்த மனிதன் செல்வத்தை ஒரு பொருட்டாக கருத மாட்டான், கௌரவத்தையே பெரிதாக கருதுவான் என்ற கருத்துக்கு நேர் எதிர்மறையாக உள்ளது. ஒரு வேளை அவர் ஒருவன் எவ்வாறு இருக்கவேண்டும் என்பதையும் நடைமுறையில் எவ்வாறு இருக்கிறது என்பதையும் ஒப்பு நோக்க முயற்சித்திருக்கலாம்.

उपर्जितानां वित्तानां त्याग एव हि रक्षणम्।
तड़ागोदरसंस्थानां परिवाह इवाम्मसाम् ॥ 146 ॥

Uparjitanaam vittaanaam Tyaag Evahi Rakshanam.Tadaagodarasansthaanaam Parivaah Ivaammasaam.

அடைக்கப்பட்ட நீர் துய்மையாக எவ்வாறு சிறது ஓட்டம் கொண்திருக்க வேண்டுமோ, அவ்வாறே, தானம் செய்வதும் ஈட்டிய செல்வத்தை பாதுகாப்பதும் அவசியமாகும்.

वित्तं देहि गुणान्वितेषु मतिमाननान्यत्र देहि क्वचित्
प्राप्तं वारितिधेर्जलं धनयुचां माधुर्ययुक्तं सदा।
जीवाः स्थावर जंगमाश्च सकला सजीव्य भूमण्डलं
भूयः पश्य तदैव कोटिगुणितं गच्छन्त्यम्भेनिधिम् ॥ 147 ॥

Vittam Dehi gunaanviteshu Matimaananaanyatra Dehi Kvachit Praaptam Vaaritidherjalam Dhanyachaam Maadhuryayuktam Sadaa. Jeevaah Sthaavar Jangamaashcha Sakalaa Sajeevya Bhoomadalam Bhooyah Pashya Tadaiv Kotigunitam Gachantyambhenidhim.

ஓ புத்திமானே! செல்வத்தை நல்லோர்க்கு மட்டுமே வழங்கு, தகுதியற்றவற்கோ, நற்குணம் அற்றவர்கோ ஒரு போதும் வழங்காதே. மேகங்கள் கடல்நீரை உறிஞ்சி அதை சுவை உள்ளதாக்கி பின் பூமிக்கு மழை தந்து உயிரினங்களை வாழ வைக்கிறது பின் அந்த நீரே கடல் மேகத்திற்கு தந்ததை போல் பல கோடி மடங்காக கடலுக்கு திரும்பி வருகிறது (ஒருவன் திறமையானவனுக்கோ, புத்திசாலிக்கோ, நற்குணம் உள்ளவனுக்கோ தானம் செய்வதால் அதை அவர்கள் பன்மடங்காக பெருக்கி அதன் மூலம்

சமூகத்திற்கு பயன் படும்படி செய்வர் என சாணக்கியர் கூறுகிறார். கடல் நீர் மேகம் — மழை — கடல் சுழற்சி உவமை மூலம் அவர் தன் கருத்தை மிக கோர்வையாக வலியுறுத்துகிறார். கடல்கள் மேகத்திற்கு (சிறந்த, தகுதியுள்ள தானம் பெறுவர்) நீர் தந்தால் அதை சுவை மிக்கதாக அனைவருக்கும் பயன் தரும் வண்ணம் மழையாய் பொழிகிறது. பின் அந்த மழைநீர் நதிகளாகி பன்மடங்கு பெருகி வையத்தை தழைய வைக்கிறது.

किं तया क्रियते लक्ष्म्या या वधूरिव केवला।
या तु वेश्यैव सामान्यपथिकैरिपि भुज्यते ॥ 148 ॥

Kim Tayaa Kriyate Laxamyaa Yaa Vadhooriv Kevalaa.
Yaa Tu Veshyaiv Saamaanyapathikairipi Bhujyate.

செல்வத்தை ஒரு ஆச்சாரமிக்க குடும்பத்து மணப்பெண்ணை போல் வீட்டுக்குள் பூட்டி வைப்பதால் என்ன பயன்? அதே நேரம் அந்த செல்வத்தை ஒரு விலை மகளை போல் அனைவரும் அனுபவிப்பதால் ஒரு பயனும் இல்லை (கருமி தன் செல்வத்தை பணப் பெட்டியில் ரகசியமாக பூட்டி வைப்பதால் உலகிற்கு ஒரு பயனும் இல்லை. அறிவிலிகள் கையில் உள்ள செல்வம் ஒரு விலை மகளை போல பிறர் அனுபவிப்பர். குறிப்பாக தாழ்ந்த நிலையில் உள்ள மாந்தர். இந்த வகையில் செல்வம் நல்ல வகையில் பயன் பட வில்லை என்பதே உண்மை. இவ்வாறு சாணக்கியர் செல்வம் சமுதாயத்திற்கு சிறப்பாக பயன்படும் வகையில் செலவிட வேண்டும். செல்வத்தை ஒரு கருமி போல் ஒளித்து வைக்ககூடாது. ஊதாரித்தனமாக செலவிடவும் கூடாது என்று கூறுகிறார்.

कुचैलिनं दन्तमलोपधारिणं
ब्रह्वशिनं निष्ठुरभाषितं च।
सूर्योदये चास्तमिते शयानं
विमुञ्चतेश्रीर्यदि चक्राणि: ॥ 149 ॥

Kuchailinam Dantamalopadharinam
Brahvashinam Nishthur Bhaashitam Cha.
Sooryodaye Chaastamite Shayaanam
Vimunchateshreeryadi Chakraanih.

அனைத்து செல்வமும், ஐஸ்வர்யமும் அழுக்கான ஆடை அணிபவரிடம், சுத்தமற்ற பற்கள் உள்ளவர்களிடம், அதிகமாக உண்பவரிடம் கடுஞ்சொல் பேசுபவோர், சூரியோதயம் பின்பும் உறங்குவோர் இருந்து அது மகா விஷ்ணுவாக இருந்தாலும் விலகும் (சுரனையற்ற சோம்பேறிகளிடம் செல்வம் ஒரு போதும் சேராது. அவர்களுக்கு ஒரு வேளை செல்வம் சேர்ந்தாலும் அவர்கள் சுரணையற்ற, சோம்பேரியாகவே இருந்தால் அவர்களிடம் தங்காது. செல்வந்தனாகவும், ஐஸ்வர்யத்துடன் விளங்க ஒருவன் சுறுசுறுப்புடனும் தூய்மையாகவும் இருக்க வேண்டும்.

अतिक्लेशेन ये चार्था: धर्मस्यातिक्रमेण तु।
शत्रुणां प्राणिपातेन ते ते ह्यर्थ: न भवन्तु मे ॥ 150॥

Atikleshen Ye Chaarthaah Dharmasyaatikramen Tu.
Shatrunaam Pranipaaten Te Hyaarthah Na Bhavantu Me.

ஒருவரை துன்புறுத்தி அபகரித்து சேர்க்கும் செல்வம், பக்தியற்ற தீய வழிகளில், எதிரிகளிடம் சரணடைந்து சேர்க்கும் I – இருந்த போதும், திமிராக தலை நிமிர்ந்து நிற்கிறாய்! ஓ குள்ள நரியே! உன் இந்த (பயனற்ற) உடலை நீங்கி விடு!! (தர்மம் செய்யாத, ஞானமிக்க பிரசங்களை கேட்காத, துறவிகளை கண்ணால்வை காணாத, புண்ணிய தளங்களுக்கு செல்லாத எத்தி வயிறு வளர்க்கும் திமிரானவன் மனிதன் அல்ல நரியானவன் அவன் இந்த கணமே தன் உடலை நீங்க வேண்டும் என்று சாணக்கியர் கூறுகிறார்.

अपुत्रस्य गृह शूनयं दिशः शून्यास्तवबान्धवाः।
मूर्खस्य हृदयं शून्यं सर्वशून्यं दरिद्रता ॥ 151 ॥

Aputrasya Griha Shoonayam Dishah Shoonyaastvabaandhavaah.
Moorkhasya Hridayam Shoonyam Sarvashoonyam Daridrataa.

மகனை இழந்த (அல்லது மகன் இல்லாத) ஒருவன் வீடு வெற்றிடமாகும். சகோதரனை இழந்த (அல்லது சகோதரனே இல்லாத ஒருவனுக்கு உலகின் நான்கு மூலைகளுமே வெற்றிடமாகும். முட்டாளுக்கு அவன் இதயமே வெற்றிடமாகும். (அதாவது, அவனுக்கு எந்த திட்டமும் வேலையும் இல்லை) ஆனால் போண்டிக்கு எல்லாமே அர்த்தமற்றது, வெற்றானது (இங்கு வெற்று என்பதை எந்த நம்பிக்கையும் அற்றது என்று கொள்ள வேண்டும்). வாஸ்தவமாக மகன் அற்ற ஒருவனுக்கு வீட்டில் எந்த நம்பிக்கையும் இல்லை. சகோதரன் அற்றவனுக்கு உலகின் எந்த மூலையிலும் ஒத்தாசை கிட்ட வயாப்பில்லை. எதிர்காலம் பற்றி எந்த திட்டமும் திறனும் அற்ற ஒரு முட்டாளும் வீண்; எந்த விதமான வருவாயும் அற்ற ஒருவனுக்கு அவன் பிறப்பே வெறுமை.

वरं वनं व्याघ्रगजेन्द्रसेवितं
द्रुमालयं पक्वफलाम्बुसेवनं।
तृणेषु शय्या शतजीर्णवल्कलं
न बुन्धुमध्ये धनहीन जीवनम् ॥ 152 ॥

Varam Vanam Vyaaghragajendra Sevitam
Drumaalayam Pakvaphalaambusevanam.
Trineshu Shayyaa Shatjeernavallkalam
Na Bandhumaddhye Dhanheena Jeevanam.

யானைகளும் சிறுத்தைகளும் நிறைந்த காட்டில் மரங்களுக்கு அடியில் இருந்து கொண்டு கனிகளையும், நீரையும் (ஓடும்) உண்டு கொண்டு வைக்கோல் படுக்கையில் படுத்துக்கொண்டு, மரவுரி தரித்துக் கொண்டு ஒருவன் வாழ்வது விவேகமற்றது. ஆனால் ஒருவன் தன உறவினரிடையே போண்டியாக வாழ நேர்வதை விட காட்டிற்கு சென்று மேலே சொன்ன சூழலில்

வாழ்வது மேலானது (ஒருவன் ஏழையாகவும், செல்வமின்றியும் உறவினரிடையே போண்டியாக வாழ்வதைவிட காடுகளில் தங்கி கடின வாழ்க்கை வாழ்வது மேலானது).

अनागत विधाता च प्रत्युत्पन्नमतिस्तथा।
द्वावेतौ सुखमेवेते यद्भविष्यो विनश्यति ॥ 153 ॥

Anaagat vidhaataa Cha Pratyutpannamatistathaa.
Dvaavetau Sukhamevete Yadbhavishyo Vinashyati.

எவன் ஒருவனுக்க எதிர்கால துன்பங்களை பற்றிய நினைவும், கூர்மையான அறிவும் உள்ளதோ அவன் மகிழ்வாக இருப்பான். மாறாக மந்தமாகவும், நல்ல நேரத்தை எதிர் பார்த்தும் இருப்பான் தன் வாழ்க்கை தானே அழித்துக் கொள்கிறான் (தொலைநோக்கு பார்வையும், புத்திசாலித்தனம் கொண்ட ஒருவன், தன் துன்பங்களை திறமையுடன் எதிர் கொள்கிறான். விதியை நம்பும் ஒரு மூடன் தொலை நோக்கும் செயல் திறனும் இன்றி அழிவான்).

मूर्खस्तु परिहर्तव्यः प्रत्यक्षो द्विपदः पशुः।
भिनत्ति वाक्यशूलेन अदृश्ययं कण्टकं यथा ॥ 154 ॥

Moorkhastu Parihartavyah Pratyaksho Dvipadah Pashuh.
Bhinattih Vaakyashoolen Adrishyayam Kantakam Yathaa.

ஒருவன் இரண்டு கால் மிருகமாகி கருதி முட்டாள்களின் தொடர்பை நிறுத்திக் கொள்ள வேண்டும். அவர்கள் முள் குத்துவதை போல் நம்மை குத்திக் கொண்டே இருப்பர் (போதுவான மதியற்ற மனிதன் ஒரு இரண்டு கால் விலங்கை போன்றவன். அவன் தன பேச்சால் நம்மை குத்துவான். அந்த முள்ளை நாம் கானா விட்டாலும், அவர் கடுப்பான பேச்சின் உறுத்தலை நம்மால் உணர இயலும்.

मांसमक्ष्यैः सुरापानैमर्खैश्छास्रवर्जितैः।
पशुभिः पुरुषाकारैण्क्रांताऽस्ति च मेदिनी ॥ 155 ॥

Maansmakshayaih Suraapaanaimarkhaishchaastravarjitaih.
Pashubhih Purushakaarainkraantaasti Cha Medinee.

மாமிசம் உண்போன், மது அருந்துவான், முட்டாள் ஆகியோர் மனித உருவில் உள்ள விலங்குகள். பூமி அவர்கள் பாரத்தால் துன்புறுகிறது (மாமிசம் உண்போர், மது அருந்துவோர், முட்டாள்கள் ஆகியோர் மனித உருவில் உள்ள விலங்குகள் என்று சாணக்கியர் கருதுகிறார். இந்த மூன்று வகை மாந்தரும், ஸ்தங்கள் அறிவாலது கெட்டதை பகுத்துணர்ந்து அறிய மாட்டர். நல்லது கெட்டதை பகுத்துணரும் இந்த சக்தியே ஒரு மனிதனை மிருக இச்சைகளில் இருந்து விலக்குகிறது. ஆகவே இந்த நோக்குதல்)

हस्तौ दानवर्जितौ श्रुतिपुटौ सारस्वतद्रोहिणौ
नेत्रे साधुविलोकरहिते पादौ न तीर्थ गतौ।
अन्यायार्जितवित्तपूर्णमुदरं गर्वेणं तुंगं शिरौ
रे रे जम्बुक मुञ्च-मुञ्च सदसा नीचं सुनिन्द्यं वपुः ॥ 156 ॥

Hastau Daanvarjitau Shrutiputau Saaraswatdrohinau

Netre Saadhuvilokrahite Paadau Na Teerth Gatau.
Anyaayaarjitadittapoornamudaram Garvenam Tungam Shirau
Re Re Jambuck Munch-Munch Sadasaa Neecham Suninddyam Vapuh.

பிரசங்கங்களை கேளாத காதுகள், துறவிகளை தரிசிக்காத கண்கள், புண்ணிய தளங்களுக்கு செல்லாத கால்கள், சட்ட விரோதமான முறையற்ற வழிகளில் பெற்று உண்டு நிறைந்த வயிறு –இருந்த போதும், திமிராக தலை நிமிர்ந்து நிற்கிறாய்! ஓ குள்ள நரியே! உன் இந்த (பயனற்ற) உடலை நீங்கி விடு!! (தர்மம் செய்யாத, ஞானமிக்க பிரசங்களை கேட்காத, துறவிகளை கண்ணால்வை காணாத, புண்ணிய தளங்களுக்கு செல்லாத எத்தி வயிறு வளர்க்கும் திமிரானவன் மனிதன் அல்ல நரியானவன் அவன் இந்த கணமே தன் உடலை நீங்க வேண்டும் என்று சாணக்கியர் கூறுகிறார்.

विप्रास्मिन्नगरे महान् कथय कस्ताल द्रुमाणां गणः
को दाता रजको ददाति वसनं प्रातर्गृहीत्वा निशि।
को दक्षः पवित्तदारहरण सर्वेऽपि दक्षाः जनाः
कस्माज्जीवति हे सखे विषकृमिन्यायेन जीवास्यहम् ॥ 157 ॥

Vippraasminnagre Mahaan Kathaya Kastaal Drumaanaam Ganah
Ko Dataa Rajako Dadaati Vasanam Praatgriheetvaa Nishi.
Ko Dakshah Parivittadadraharana Sarveapi Dakshaah Janaah
Kasmajeevati He Sakhe Vishkriminyaayen Jeevaasyaham.

ஓ நண்பனே! இந்த ஊரில் யார் பெரியவர்? பனை மரங்களா? யார் தர்மவான்? (அழுக்கு துணிகளை கொண்டு சென்று மாலையில் (வெளுத்து) கொண்டுவரும் வண்ணானா? இங்கு யார் சமத்து மற்றும் புத்திசாலி? பிறர் செல்வத்தையும் பெண்டுகளையும் கவர்பவனா? பின் எவ்வாறு இந்த ஊரில் பிழைக்கிறாய்? சுத்தமான, புத்திசாலியான, எளிமையான, அறிஞன் யாருமற்ற ஊரில் மக்கள் சாதூரியமாக, திறமையுடன் இருக்க மாட்டர். மாறாக பிறரை களவாடியும், ஒருவரை ஒருவர் தீய முறையில் அடாவடித்தனமாக எத்தியும் வாழும் ஊர் குப்பைகளை போலவும் சாக்கடையாகவும் அதன் மக்கள் சாக்கடை புழுக்களாகவும் ஆவர்.

आहरनिद्रा भय मैथुनानि
समानि चैतानि नृणा पशूनाम्।

ज्ञानो नराणामधिो विशेषा
ज्ञानेन हीना पशुभिः समाना॥ 158 ॥

Aaharnindraa Bhaya Maithunaani
Samaani Chaitaani Nrinaam Pashunaam.
Gyaano Naraanaamadhiko Vishesha
Gyaanen Heena Pashubhih Samaanaah.

எல்லா உயிரினங்களுக்கும் மனிதர்களுக்கும் உணவு, தூக்கம், இன சேர்க்கை போன்ற இயல்பான தேவைகள் உண்டு. அனைத்தும் அச்சம் (அறியாதவை பற்றி) என்ற பொதுவான உணர்வும் உண்டு. ஆனால் பகுத்துணர்வு மனிதரிடம் மட்டுமே உண்டு. எனவே பகுத்தறியும் உணர்வு இல்லாதவன் ஒரு விலங்கு (பசிக்கும் போது உண்பது, களைத்து உறங்குவது, சேர்க்கையில் ஈடுபடுவது). அச்சப்படுவது. விவேகம் மனிதனுக்கு நல்லது கெட்டதை, ஞானம், அஞ்ஞானத்தை வேறுபடுத்தும் திறனை தந்துள்ளது. வாஸ்தவமாக விவேகம் அற்ற அல்லது பகுத்தறிவற்ற மனிதன் நிச்சயம் ஒரு மிருகமாவான்.

येषां न विद्या न तपो, न दानम
न चापि शीलं न गुणो न धर्मः।
ते मर्त्यलोके भूवि भारभूता
मनुष्यरूपेन मश्गाश्चरन्ति ॥ 159॥

Yeshaam Na Viddya na Tapo Na Daanam
Na Chaapi Sheelam Na Guno Na Dharamah.
Te Mrityuloke Bhoovi Bhaarbhootaa
Manushyaroopen Mrigaashcharanti.

கல்வியற்றவன், ஞானமற்றவன், தின்மையற்றவன், தர்ம சிந்தனை அற்றவன், பண்பற்றவன், நற் குணங்களற்றவன், நன்னம்பிக்கை அற்றவன் இந்த உலகில் பாராமாவான். அவர் மனித உருவில் பூமியில் உலவும் விலங்குகள் (அதாவது ஒருவன் சில குறிக்கோள்களுடன் தவம் மேற்கொள்ளும் வகையில் கற்றிருக்க வேண்டும். தர்ம சிந்தனை உள்ளவனாக, நற்குணங்கள் உள்ளவனாக, பண்பாளனாக தனது மதத்தில் அல்லது சமயத்தில் திடமாக இருக்க வேண்டும் (இந்த குணங்களற்ற ஒருவன் இரு கால் கொண்ட விலங்காவான்).

धर्मार्थकाममोक्षेषु यस्यैकोऽपि न विद्यते।
जन्म जन्मानि मर्त्येषु मरणं तस्य केवलम् ॥ 160॥

Dharmaarthakaamamoksheshu Yassyai Koapi Na Viddyate.
Janma Janmaani Matyaryeshu Maranam Tassya Kevalam.

வாழ்வின் நான்கு குறிக்கோள்களில் தர்மம் (தனது நம்பிக்கையில் விசுவாசம்) ஏதேனும் ஒன்றையாவது சாதிக்காதவன், அர்த்தம் (வாழ்வின் சிறப்புகள் தரும் செலவம்) காமா (ஆசைகளை பூர்த்தி செய்தல் இறப்பதற்காகவே பிறந்தவன் (அவன் வாழ்வு ஒரு வீண்).

मुहूर्तमपि जीवेच्च नरः शुक्लेन कर्मणा।
न कल्पमपि कष्टेन लोक द्वय विरोधिना ॥ 161॥

Muhoortamapi Jeevecha Naraha Shuklen Karmanaa.
Na Kalpamapi Kashten Loka Dvaya Virodhinaa.

ஒரு சிறந்த பணிக்காக ஒரு நொடி வாழ்வது நீண்ட நாள் வாழ்ந்து
இவ்வுலகுக்கும் அடுத்த உலகுக்கும் நன்மைக்கு எதிரான செயல்களை
செய்வதை விட மேலானதாகும் (சிறந்த செயல்களை செய்து குறுகிய காலமே
வாழும் மனிதனை பல நூற்றாண்டுகள் வாழ்ந்து மனித குலத்திற்கு எதிராக
செயல்படுபவனை விட உலகம் விரும்பி வரவேற்கும்).

येषां श्रीमद्यशोदासुत पदकमले नास्ति भक्तिर्नराणां
येषां माभीरकन्याप्रियगुणकथने नानुक्ता च जिह्वा।
येषां श्रीकृष्णलीलाललितरसकथा सादरौ नव कणौं
धिक्तां-धिताम् धिकेतान् कथयति सततं कीर्तनस्थोमृदंगः ॥ 162॥

Yeshaam Shreemaddyashodaasut Padakamale Naasti Bhaktirnaraanaam
Yeshaam Maabheerkanyaapriyagunakathane Naanuktaa Cha Jivhaa.
Yeshaam Shree Krishnaleelaalalitrashkathaa Saadarau Nava Kanau
Dhiktaam-Dhitaam Dhiketaan Kathyati Satatam Keeertanshthomridangah.

யசோதை புத்திரனின் (கிருஷ்ணன்) பாத கமலங்களை
நமஸ்கரிக்காதவன்; ஆஹிரின் புத்ரி (ராதா) வின் புகழ் பாடாதவன்;
தீராத விளையாட்டுப் பிள்ளை கிருஷ்ணனின் பிரதாபங்களை குறித்த
சாரமான வார்ணனையை கேளாதவனை மிருகதங்கத்தின் தகிட தகிட
திகிடன் (வீழ்ந்து படட்டும்! வீழ்ந்து படட்டும்! வீழ்ந்து படட்டும்!!!
(யாசோதை புத்திரன் கிருஷ்ணனிடம் ஆஹிரின் புத்ரி (ராதா) விடமும்
அன்பும் பக்தியும் இல்லாதவன் தன வாழ்நாளை இவ்வுலகில்
வீணடிக்கிறான். மிருதங்கத்தின் போல்களை (தாள சத்தம்) தன்
வெறுப்பை காட்ட அந்த மனிதன் வீழ்ந்து படட்டும்! என ஜதிகூட்டி
சாணக்கியர் கூறுகிறார்.

धर्मार्थकाममोक्षाणां यस्यैकोऽपि न विद्यते।
अजागलस्तनस्येव तस्य जन्म निरर्थकम् ॥ 163॥

Dharmaarthakaamamokhshanaam Yesyaikoapi Na Vidyate.
Ajaagalastanasyeva Tasya Janma Nirarthakam.

தர்மம், அர்த்தம், காமம், மற்றும் மோட்சம் என்ற வாழ்வின் நான்கு
குறிக்கோள்களில் ஒன்றை கூட சாதிக்க முடியாதவன் வாழ்க்கை கழுத்துக்கு
கீழே உள்ள ஆட்டின் தனங்களை போல் பயன்றதாகும் (அது ஒரு
நோக்கமற்றது ஆகையால் பயனற்றது).

स जीवति गुणा यस्य यस्य धर्म स जीवति।
गुण धर्म विहिनस्य जीवितं निष्प्रयोजनम् ॥ 164॥

Sa Jeevati Gunaa Yasya Yasya Dharma Sa Jeevati.
Guna Dharma Vihinasya Jeevitam Nishprayjanam.

சிறந்த மனிதனே நிலைக்கிறான்; தன தர்மத்தில் திடமாக இருப்பவனே வாழ்கிறான். நற்குணங்களும் தன் நம்பிக்கையின் தர்மம் மேல் விசுவாசமும் அற்றவன் வாழ்வு வீணே (நற்குணங்களும் திட நம்பிக்கையும் வாழ்வை அர்த்தமுள்ளதாக்குகிறது. இந்த குணங்கள் அற்றவர் தம் வாழ்வை வீணாக்குகின்றனர்.

न ध्यातं पदमीश्वरस्य विधिवत्संसारविच्छत्तये
स्वर्गद्वारकपाटपाटनपटु धर्मोऽपि नोपार्जितः।
नारीपीनपयोधरयुगलं स्वप्नेऽपि नालिंगितं
मातुःकेवलमेव यौवनच्छेदकुठारो वयम् ॥ 165॥

Na Dhyaatam Padmeeshvarasya Vidhivatsansaarvichatye
Svargadvaarakapaatpaatanpatuh Dharmoapi Nopaarjitah.
Naareepeenpayodharyugalam Svapneapi Naalingitam
Maatuhkevalmeva Yauvanchedkutharo Vayam.

நம் பூலோக தளைகளில் இருந்து நம்மை விடுவித்து கொள்ள இறைவனின் பாதார விந்தங்களில் சரணடைவதுமில்லை. சொர்கத்தில் நமெக்கென ஒரு இடத்தை தக்க வைத்துகொள்ள சமய ரீதியான மேன்மைகளை சேர்த்துக் கொள்ளவுமில்லை, கனவுகளில் கூட பெண்ணின் மென்மையான தனங்களை கட்டிக்கொள்ளவுமில்லை. இவ்வாறு நம் தாயின் இளமை அழகை கோடரி கொண்டு கொய்வதைத் தவிற, இந்த உலகில் எதை சாதித்தோம்? (இந்த பாக்களில் சாணக்கியர் ஜாடையாக மூன்று அடிப்படை நிலைகளை அடைவதை விளக்கியுள்ளார்; மோட்சம், தர்மம், காமம், இவற்றை அடைவதன் மூலம் தானகவே அர்த்தத்தையும் அடையலாம் என்று விளக்குகிறார். பூலோகத்திலிருந்து விடுதலை என்பது மோட்சம், சமயம் சார்ந்த மேம்பாடு அடைதல் தர்மத்தை தழுவ ஏதுவாகிறது. பெண்ணின் மென்மையான தனங்களை தழுவும் அவா ஜாடையாக காம்ஐகுறிகிறது; சுருக்கமாக, இந்தன் பாவின் பொருளாவது, ஒருவன் மேற் சொன்ன நான்கு சித்திகளில் ஒன்றை கூட பூர்த்தி செய்ய இயலாமல் தன் வாழ்வை வீணாக்குகிறான் என்பதாகும். மேலும், பிரசவம் என்பது தாயின் இளமையின் சிதைவு என்பது வாஸ்தவம். எனவே ஒருவன் நான்கு சித்திகளில் ஒன்றை மேம்படுத்தா விட்டால், தன் பிறப்பால் தன் தாயின் இளமையை வீணடிப்பதை விட வேறு எதை சாதிக்கிறான்.

யார் மிகவும் தந்திரமானவர்கள்

नारायणां नापितो धूर्तः पक्षिणां चैव वायसः।
चतुष्पदां श्रृगालस्तु स्त्रीणां धूर्ता च मालिनी ॥ 166 ॥

Naraayanaam Naapito Dhoortah Pakshinaam Chaiv Vaayashah.
Chatushpadaam Shrigaalastu Streenaam Dhoortaa Cha Maalinee.

மனிதர்களில் நாவிதன், பறவைகளில் காகம், நான்கு கால் விலங்குகளில் குள்ள நரி, பெண்களில்தோட்டக்காரி ஆகியோர்தந்திரசாலிகள *வீண் முயற்சி*

अन्यथा वेदपाण्डित्यं शास्त्रमाचारमन्यथा।
अन्यथा वदतः शान्तं लोकाःक्लिश्यन्ति चान्यथा ॥ 167 ॥

Anyathaa Vedapaandityam Shaastramaachaarmanyatha.
Anyatha Vadatah Shaantam Lokaah Klishyanti Chaanyathaa.

வேதங்கள், நல்ல கருத்துக்கள், வேதாதங்கள், நன்னடத்தை மற்றும் அமைதியை விரும்பும் மனிதர் ஆகியன பற்றி தவறாக பேசுபவர்கள் வீண் முயற்சியில் ஈடுபடுகிறார்கள்

தீயது, பாம்பு

दुर्जनेषु च सर्पेषु वरं सर्पो न दुर्जनः।
सर्पो दशति कालेन दुर्जनस्तु पदे-पदे। ॥ 168 ॥

Durjaneshu Cha Sarpeshu Varam Sarpo Na Durjanah.
Sarpo Dashati Kaalen Durjanastu Pade-pade.

கொடியவனையும், பாம்பையும் நோக்கின் பாம்பு கொடியவனை விட சிறந்தது ஏனெனில் அது ஒரு முறை தான் கொத்தும். கொடியவன் ஒவ்வொரு அடிக்கும் கொத்துவான் (பாம்பு அரிதாக அதுவும் ஒரு முறை தான் கொத்தும். ஆனால் கொடியவன் பாம்பை விட ஆபத்தானவன்.

மிக நஞ்சானது

तक्षकस्य विषं दन्ते मक्षिकाया मुखे विषम्।
वृश्चिकस्य विषं पुच्छे सर्वांगे दुर्जने विषम् ॥ 169 ॥

Takshkasya Visham Dante Makshikaayaa Mukhe Visham.
Vrishchikasya Visham Puche Sarvaange Durjane Visham.

பாம்பு விஷம் பல்லில், ஈக்கு தலையில், தேளுக்கு கொடுக்கில் ஆனால் கொடியவனுக்கு உடல் முழுவதும் விஷம் (ஒரு கொடியவன் அனைத்து விஷ ஜந்துக்களை, ஊர்வனவற்றையும் விட ஆபத்தானவன். ஆகவே நாம் கொடியவனிடமிருந்து நம்மை காத்துக் கொள்ள வேண்டும் என்பதே இதன் பொருள்.

अत्यन्तलेपः च वाणी
दरिद्रता च स्वजनेषु वैरम्।
नीच प्रसंगः कुलहीनसेवा
चिह्नानि देहे नरकस्थितानाम् ॥ 170 ॥

Atyantlepah Cha Vaanee
Daridrataa Cha Svajaneshu Vairam.

Neech Prasangah Kulheensevaa
Chinnhaani Dehe Narkasthitaanaam.

கோபம், கசப்பான பேச்சு, ஏழ்மை, தனது உறவினரிடம் வெறுப்பு, தாழ்ந்தோரை அடிமை படுத்துதல், தீயோர் சகவாசம் – இவை அனைத்தும் நரக ஆத்மாவின் நிச்சயமான அறிகுறிகள். ஒரு கொடியவன் தன் உற்றார் உறவினரிடம் பெரும்பாலும் பொறுமை அற்றவனாக கடுஞ்சொல் பேசுவனாக வெறுப்புணர்வுடன் பேராசையுடன் இருப்பான். மேலும் தன் சொந்த மக்களிடம் நல்லுறவு கொண்டிருக்க மாட்டான். கீழ் மக்களிடம் மகிழ்வுடன் தொண்டு செய்வான். எத்தர்களின் சகவாசத்திலிருப்பான். அத்தகைய மனிதன் ஒரு தீய ஆவியின் மறு அவதாரம் என்றே கொள்ள வேண்டும்.

பிற இன்பங்கள்

तुष्यन्ति भोजने विप्रा मयूरा घनगर्जिते।
साधवः परसम्पत्तौ खलाःपर विपत्तिषुः ॥ 171 ॥

Tushyanti Bhojane Vipraa Mayooraa Ghanagarjite.
Saadhavah Parasampattauh Khalah Par Vipattishuh.

பிராமணர் உணவால் திருப்தி அடைவர், மேகங்களின் உரசல் வரும் இடியை கேட்டு மயிலும், மேலோர் அடுத்தவர் உயர்வாலும், கீழோர் மற்றவர் துன்பத்தாலும் அடைவர்.

கொடிய இயல்பு

न दुर्जनः साधुदशामुपैति
बहुत प्रकारैरऽपि शिक्ष्यमाणः।
आमूलसिक्तं पयसा धृतेन
न निम्बवृक्षेः मधुरत्वमेति ॥ 172 ॥

Na Durjanah Saadhudashaamupaiti
Bahuta Prakaarairapi Shikshyamaanah.
Aamoolasiktam Payasaa Ghriten
Na Nimbavriksheh Madhuratvameti.

எந்த பாலும் நெய்யும் வேப்ப மரத்தை இனிப்பாக மாற்றாது. அதே போல் ஒரு கொடியவனை மேலோனாக மாற்ற எந்த உபாயமும் இல்லை (இயல்பான குணத்தை மாற்ற இயலாது).

दुर्जनं सज्जनं कर्तुमुपायो न हि भूतले।
अपनं शतधाधौतान श्रेष्ठमिन्द्रियं भवेत् ॥ 173 ॥

Durjanam Sajjanam Kartumupaayo Nahi Bhootale.
Apanam Shatghaaghautaana Shreshthamindriyam Bhavet.

இந்த உலகில் கொடியவனை நல்லவனாக மாற்ற எந்த உபாயமும் இல்லை. ஆசன வாயை நூறு முறை கழுவினாலும் அது ஒரு மேன்மையான உறுப்பாகாது (இந்த வீச்சறிக்கை வாயிலாக கொடியோரை நல்லவராக மாற்ற எந்த உபாயம் மேற் கொண்டாலும் அது பலனளிக்காது என சாணக்கியர் கூறுகிறார். ,அது ஆசன வாயை ஒரு மேன்மையான உறுப்பாக மாற்ற அதை பல முறை கழுவதற்கு ஒப்பாகும்.

वयसः परिणामे हि यः खलः खल एव सः।
सुपक्वमपि माधुर्यं नोपायतीन्द्रवारुणम् ॥ 174 ॥

Vayasah Parinaame Hiyahkhalah Khalah Eva Sah.
Supakvamapi Madhurya Nopaayateendravaarunam.

வாழ்வின் இறுதி வரை கொடியவர் கொடியவரகவே இருப்பார். இந்திரவருண் பழம் (மிக கசப்பான கனி) எவ்வளவு தான் கனிந்தாலும் அது இனிப்பாகாது (ஒருவனின் கொடியவன் முதுமை அடைந்தாலும்) பழுத்தால் கசப்பிலிருந்து இனிப்பாக மாறாக கசப்பான இந்திரவருண் கனியை போல் தன குணம் மாறார்).

दह्यमानां सुतीव्रेण नीचाः परयशोऽग्निना।
अशक्तास्तत्पदं गन्तुं ततो निन्दा प्रकुर्वते ॥ 175 ॥

Dahyamaanaam Suteevrena Neechaah Paryashoagninaa.
Ashaktaastatpadam Gautum Tato Nindaam Prakurvate.

மற்றோரின் செழுமை பார்த்து கொடியவர் தீயார் எரிவர். அவன் முன்னேற்றம் காணாததால் (தன் குறைகளால்) மற்றவரை தாழ்வாக நடத்துவர் (மற்றவர் செழுமை பார்த்து பொறமை படுபவர் அடிப்படையில் கையலாகாதவர். அவரது குறைகளை அறிந்து மற்றவர் சாதித்ததை தன்னால் சாதிக்க இயலாத என்று உணர்வர். ஆனால் அவரது தீய குணம் அடுத்தவர் மேன்மையை ஒப்புக்கொள்ள மறுக்கும். ஆகவே அவர் மற்றவர் மேல் குற்றம் கண்டு அவரை தாழ்வாக நடத்தி அவருக்கு சமமாக தம்மை வைப்பதற்காகவே பிறர் மேன்மையை மதியார். இந்த மனோ தத்துவ உண்மையை சாணக்கியர் பல்லாண்டுகளுக்கு முன்னர் கூறினாலும் இன்னும் அது முற்றிலும் உண்மை.

हस्ती हस्तसहस्रेण शहतहुस्ते वाजिनः।
शृंगिणी दशहस्तेन देशत्यागेन दुर्जनः ॥ 176 ॥

Hastee Hastasahastren Shathasten Vaajinah.
Shringiree Dashahasten Deshtyaagen Durjanah.

யானைக்கும் உனக்கும் ஆயிரம் முழும் தூரம், குதிரைக்கும் உனக்கும் நூறு முழும், கொம்புள்ள மிருகத்திற்கு உனக்கும் பத்து முழும், கொடியவனுக்கும் உனக்கும் ஒரு நடு தூரம். ஒரு குறிப்பிட்ட கருத்தை வலியுறுத்த சாணக்யர் முழும் என்ற பொது அலகை பயன்படுத்துகிறார் (சுருக்கமாக அவர் கொடியவர் விலங்குகளை விட மிக ஆபத்தானவர் என்று

கூறுகிறார். கொடியவர்க்கு உனக்கும் ஒரு நாடு தூரம் என்பதற்கு பொருள் கொடியவர் வாழும் நாட்டில் கூட வாழக்கூடாது என்பதாகும்).

खलानां कण्टकानां च द्विविधैव प्रतिक्रिया।
उपनामुखभंगों वा दूरतैव विसर्जनम् ॥ 177 ॥

Khalaanaam Kantakaanaam Cha Dvividhaiv Pratikriyaa.
Upaanaamukhbhangon Vaa Doorataive Visarjanam.

கொடியவரும் முள்ளும் இரு வழிகளில் சமாளிக்க வேண்டும். உன் செருப்பால் அவரை மிதித்து நசுக்கி விட வேண்டும அல்லது அவரை விட்டு விலகி செல்ல வேண்டும். இதன் பொருள் ஒன்று அவரை மோதி உருக்குலைக்க வேண்டும் அல்லது அவர் தொடர்பு இல்லாதிருக்க வேண்டும். அவரிடம் சலுகை காட்டக் கூடாது.

हस्ती त्वंकुशमात्रेण बाजी हस्तेन तापते।
शृंगालकुटहस्तेन खड्गहस्तेन दुर्जनः ॥ 178 ॥

Hastee Tvankushmaatrena Baajee Hasten Taapate.
Shringaalkhuhasten Khadaghasten Durjanah.

யானை அங்குசம் கட்டுப்பாட்டில் இருக்கும், குதிரை கடிவாளம் கட்டுப்பாட்டில் இருக்கும், கொம்புள்ள விலங்குகள் கைகள் அல்லது குச்சியின் கட்டுப்பாட்டில் இருக்கும். கொடியவர் வாளின் கட்டுப்பாட்டில் (அல்லது அது போன்ற ஆயுதம்) கொடியோரை கையாள்வதில் நாம் மிகக் கடுமையாக இருக்க வேண்டும் என்பதை மீண்டும் வலியுறுத்துகிறார்.

कृते प्रतिकृतिं कुर्यात् हिंसेन प्रतिहिंसनम्।
तत्र दोषो न पतति दुष्टे दौष्ट्यं समाचरेत् ॥ 179 ॥

Krite Pratikritim Kuryaat Hinsen Pratihinsanam.
Tatra Dosho Na Patati Dushte Daushttyam Samaacharet.

உபகாரத்தை உபகாரத்தால் சந்திக்கவும், வன் கொடுமையை குரோதத்தால் சந்திக்கவும், தீயோரை தீமையால் சந்திக்கவும், தீயோரை தீமையால் எதிர்கொள்வதில் தீமையில்லை.

सत्कुले योजनयेत्कन्या पुत्रं विद्यासु योजयेत्।
व्यसने योजयेच्छत्रुं मित्रं धर्मे नियोजयेत् ॥ 180 ॥

Satkule Yojanayetkanyaa Putram Viddyaasu Yojayet.
Vyasane Youjayechatrum Mitram Dharme Niyojayet.

உன் மகளை மேன்மையான குடும்பத்தில் திருமணம் செய்து கொடு, உன் மகனுக்கு சிறந்த கல்வி*கொடு, உன் நண்பனை நல்ல வழியில் ஈடுபடுத்து, உன் எதிரியை தீய செயல்களில் ஈடுபடுத்து. மகளை நல்ல குடும்பத்தில் மனம் செய்து கொடுப்பது. நண்பனை நல்ல செயல்களில்

ஈடுபடுத்துவது, எதிரியை தீய காரியங்களில் ஈடுபட செய்து அவனை உன் வழியல் இருந்து விலக்குவது ஆகியவை நீ கட்டாயம் செய்ய வேண்டிய செயல்கள் என்று சாணக்கியர் கருதுகிறார். தீயனவற்றை வெல்ல தீமை தேவைப்பட்டால் பயன்படுத்துவதில் தவறில்லை என்ற கருத்தை வலியுறுத்துவதில் சாணக்கியர் சொற் சமரசம் செய்து கொள்ளாத சில சிந்தனையாளர்களில் ஒருவர். இதில் எந்த துர் புத்தியும் இல்லை உதாரணமாக, ஒரு பொய்யனின் தீமைகளை வெல்ல பொய்சொல்லுவதிலும் தவறில்லை.

कः कालः कानि मित्राणि को देशः को व्ययागमोः।
कस्याहं का च मे शक्तिरित चिन्तयं मुहुर्मुहुः ॥ 181॥

Kah Kaalah Kaani Mitraani Kodeshah ko Vyayaagamoh.
Kasyaaham Kaa Cha Me Shaktirit Chintyam Muhurmuhuh.

நேரம் எவ்வாறு உள்ளது? யார் நண்பர்? இத எந்த விதமான பூமி? வரவு என்ன செலவு என்ன? நான் யார்/எனது சக்தி என்ன? இது போன்ற கேள்விகளை ஒருவன் தனக்குள் கேட்டுக்கொள்ள வேண்டும் (ஒரு செயலை துவங்கும் முன், நம் நிலையை நன்கு கவனித்து கொள்ள வேண்டும். பெரும்பாலான தோல்விகள் நம் பலத்தை மட்டுமே கணித்து பலவீனங்களை கணிக்காததால் ஏற்படுகின்றன. ஒரு செயலை செய்யும் முன் அதன் சாதக பாதகங்களை நாம் எடை போட வேண்டும். அப்போது தான் நாம் வெற்றிகரமான பலன்களை எதிர்பார்க்க இயலும்).

दाक्षिण्यं स्वजने दया परजने शाठ्यं सदा दुर्जने
प्रीतिः साधुजने स्मय खलजने विद्वज्जने चार्जवम्।
शौर्य शत्रुजने क्षमागुरुजने नारीजने धूर्तताः।
इत्थं ये पुरुषा कलासु कुशलास्तेष्वेव लोकस्थितिः ॥ 182 ॥

Daakshinnyam Svajane Dayaa Parjane Shaathyam Sadaa Durjane
Preetih Saadhujane Smayay Khalijane Viddvajjane Charjjvam.
Shaurya Shatrujane Kshamaa Gurujane Naareenjane Dhoortataah.
Ittham Ye Purushaa Kalaasu Kushalaasteshvev lokasthitiha.

தம் மக்களை அன்புடன் நடத்துவோர்; பிறரை நேசிப்போர்; தீயோரிடம் கடுமையாக இருப்போர்; மேலோரிடம் நேர்மையாக இருப்போர்; முட்டாள்களை அலட்சியமாக நடத்துவோர்; அறிஞரிடம் மரியாதையுடன் இருப்போர்; எதிரிகளை வீரத்துடன் எதிர்ப்போர்; குருவுக்கு தக்க மரியாதை செலுத்துவோர்; பெண்களிடம் மையல் கொள்ளாதோர் – இவர்கள் மகத்தானவர்கள் (இந்த பாவில் ஒரு மனிதன் சமூகத்தில் நடந்து கொள்ள வேண்டிய நெறி முறைகளை மிக தெளிவாக வரையறுக்கிறார். இந்த நடத்தையின் அடிப்படை உள்நோக்கம் கொடுக்கல் வாங்கல் ஆகும்).

விசுவாசம்

यत्रोवकस्तत्र वसन्ति हंसा
स्तथैव शुष्कं परित्यजन्ति।

न हंसतुल्येन नरेण भाव्यं
पुनस्त्यजन्तः पुनराश्रयन्तः ॥ 183 ॥

Yatrodakastatra Vasanti Hansaa
Stathaiv Shuskam Parityajanti.
Na Hansatulyen Naren Bhaavyam
Punastayajantah Punaraashrayantah.

அன்னப்பறவைகள் நீர் நிறைந்த தடாகத்தில் வசிக்கும். நீர் வற்றியதும் அதை விட்டு விலகும். ஆனால் மனிதன் அதை போல் ஓரிடம் சேர்ந்து பின் நீங்கி திரும்பக்கூடாது.

இந்த பாவில் சாணக்கியர் விசுவாசம் பற்றிய தனது கருத்தை கூறுகிறார். அன்னப்பறவைகள் பொதுவாக சந்தர்ப்ப வாதத்துடனும் சுய அவை தம் வ்சதிக்காக தடாகத்தில் வசித்து பின் தடாகத்தின் துன்பம் பற்றி எண்ணாமல் இரக்கமின்றி தடாகம் நீங்கும். ஒரு மனிதன் அது போல சுய நலத்துடன் இராமல் இனப் துன்பங்களில் தம்மை ஆதரிப்போர் உடன் இருக்க வேண்டும்.

தலையாய கடமை

धर्म धनं च धान्यं च गुरोर्वचनमौषधम्।
संगृहीतं च कर्तव्यमन्यथा न तु जीवति ॥ 184 ॥

Dharma Dhanam Cha Dhaanyam Cha Gurorvachanmaushadham.
Sangraheetam Cha Kartavyamanyathaa Na Tu Jeevati.

ஒருவன் புண்ணியம், செல்வம், உணவு, குரு உபதேசம் (மூலிகை) மருந்துகள் இவற்றை சேர்த்து கொண்டே இருக்க வேண்டும். அன்றேல் ஒருவன் வாழ இயலாது (இங்கே உணவு என்பது பதப்படுத்தி வைத்து உண்ண கூடிய உணவு பண்டங்கள் ஆகும். மருந்துகள் என்பது மூலிகைகள் மட்டுமே மருந்துகள் தயாரிக்க கிடைக்கும் ஓரே ஆதாரப்பொருட்கள். எவ்வளவுக்கொள்ளவு மூலிகைகள் ஒருவன் உண்கிறானோ அந்த அளவுக்கு நோய்கள் குணமாகும். மற்ற நிச்சய பொருட்கள் சுயமாகவே கண்கூடு).

त्यज दुर्जनसंसर्गं भज साधुसमागमम्।
कुरु पुण्यमहोरात्रं स्मर नित्यमनित्यतः ॥ 185 ॥

Tyaj Durjan Sansarga Bhaj Saadhu Sammagamam.
Kuru Punyamahoraatram Smar Nityamanityatah.

ஒருவன் தீயோர் சேர்கையை விலக்க வேண்டும். நல்லோர் சகவாசம் நாட வேண்டும். இறைவனை கணமும் மறவாமல் அறம் செய்ய வேண்டும்.

अनन्तशास्त्रं बहुलाश्च विद्या
अल्पं द कालो बहुविघ्नता च।

आसानभूतं तदुपासनीयं
हसो यथा क्षीरमिवाम्बुपध्यात् ॥ 186 ॥

Anantashaastram Bahulaashcha Viddyaa
Alpam Da Kaalo Bahuvighnataa Cha.
Aasanaabhootam Tadupaasneeyam
Hanso Yathaa Ksheermivaambupadhyaat.

உலகில் ஏராளமான கிரந்தங்களும், ஞான பிரிவுகளும் உள்ளன. ஆனால் மனித வாழ்வோ குறுகியது. அந்த குறுகிய வாழ்விலும் நிறைய தடைகள். ஆகவே ஒருவன் அன்னப்பறவை பாலும் நீரும் கலந்திருந்தாலும் நீரை விடுத்து பாலை மட்டும் பிரித்து உண்பதை போல் கற்றதின் சாரத்தை அருந்தி சக்கையை நீக்கி விட வேண்டும் (இதன் பொருள் அறிவு கடல் போன்றது; வாழ்வு குறுகியது -- ஆகவே ஒருவன் கற்றதின் சாரத்தை உறிஞ்சி சக்கையை தன் பகுத்துணர்வால் நீக்க வேண்டும்.

तद् भोजनं यद् द्विज भुक्तशेषं
तत्सौहृदं यत्क्रियते परस्मिन्।
सा प्रज्ञता या न करोति पाप
दम्भं विना यः क्रियते स धर्मः ॥ 187 ॥

Tad Bhojanam Yad Dvij Bhuktashesham
Tatsauhridam Yatkriyate Parasmin.
Saa Praagyataa Yaa Na Karoti Paap
Dambham Vinaa Yaha Kriyate Sa Dharmah.

உணவு என்பது பிராமணர் வயிறார உண்டு மீந்தது; அன்பு என்பது பிறர் நலம் பேணல்; ஞானம் என்பது ஒருவன் பாவம் செய்யாமல் தடுப்பது. உயர்ந்த கர்மா (தர்மம்) என்பது ஒருவன் டீர்க்கமின்றி செய்யும் செயல் (அதாவது அந்தணருக்கு உணவிட்ட பின்பே உண்ண வேண்டும்). நாம் அனைவரும் நம் உற்றார் உறவினரிடம் அன்பு காட்டுவோம். ஆனால் உண்மையான அன்பு என்பது பிறருக்காக நாம் உணர்வது தான் தன்னை பாவத்திலிருந்து காக்கும். நாம் தர்ம காரியங்கள் செய்யும் போது கர்வங்கொள்ளலாகாது. புராதன இந்தியாவின் சிந்தனைப்படி தான் செய்கிறோம் என்ற உணர்வோடு பிறருக்கு நன்மை செய்தாலும் அதன் பலன் நீங்கி விடும் (சாணக்கியர் அந்த சிந்தனையை தான் மீண்டும் வலியுறுத்துகிறார்).

गतं शोको न कर्तव्य भविष्यं नैव चिन्तयेत्।
वर्तमानेन कालेन प्रवर्तन्ते विचक्षणाः ॥ 188 ॥

Gatam Shoko Na Kartavya Bhavishyam Naiv Chintayet
Vartamaanen Kaalen Pravartante Vishakshanaah.

ஒருவன் கடந்த காலத்தை எண்ணி கலங்கக்கூடாது. எதிர்காலம் குறித்த வருந்தக்கூடாது. புத்திசாலி நிகழ்காலம் குறித்த கருத்தில் கொண்டு அதன் படி தன் வாழ்க்கை பாதையை அமைத்துக் கொள்வான் (நிகழ் காலம் குறித்து கவனம் செலுத்தினால் கடந்த காலம் மட்டுமின்றி எதிர்காலமும்

நேர்படும். புத்திசாலி சிந்திய பாலை குறித்து கலங்க மாட்டான், எதிர்காலம் குறித்த வருந்த மாட்டான்).

परोपकरणं येषां जागर्ति हृदये सताम्।
नश्यन्ति विपदस्तेषां सम्पदः स्यु पदे-पदे ॥ 189 ॥

Paropkarnam Yeshaam Jaagaarti Hridaye Sataam.
Nashyanti Vipadasteshaam Sampadah Syu Pade-Pade.

பிறர் மேல் அக்கறை உள்ளவரின் பிரச்சனைகள் தானாகவே தீர்ந்திடும் அல்லது அழிந்துவிடும். ஒவ்வொரு படியிலும் அவர்க்கு (கண்காணா) பலன் கிட்டும் (பிறர் நலம் பேணுவோர்க்கு கைமாறாக அவர்களின் இடுக்கண் தீர்ந்து பிறரின் நன்மை கிட்டும். பிறர் நலம் பேணினால், உன் சுய தேவைகளும் பூர்த்தியாகும் என்று யுதிஷ்டிரன் கூறுகிறார்

यस्माच्च प्रियमिच्छेत् तस्य ब्रू यात्सदा प्रियम्।
व्याधो मृगवधं गन्तु गीतं गायति सुस्वरम् ॥ 190 ॥

Yasmaacha Priyamichhet Tasya Broo Yaatsadaa Priyam.
Vyaadho Mrigvadham Gantu Geetam Gaayati Suswaram.

ஒருவரின் தயவு தேவைப்பட்டால் அவரிடம் இனிமையாக பேசு. ஒரு மிருகசீவனன்மானை கண்டதும் அதை கொல்வதற்கு ஒரு இனிமையான பாடலை பாடுவான். இந்த சுலோகத்தை பின் பற்றி மிகவும் நெளிவு சுளிவு நிறைந்தவர்கள் ஆக வளர்ந்தனர். மிருகசீவனனும் வேட்டைக்காரனும் தம் நோக்கத்தை பச்சையான சுயநலவாதிகளாக இல்லாதோர் போல் மறைத்துக் கொள்வர் (விதை முளைப்பதற்காக நிலத்தை பண்படுத்துதல், விதைப்பதற்காக கட்டாயமான முன் செயல் ஆகும்).

अत्यासन्न विनाशाय दूरस्था न फलप्रदा।
सेव्यतां मध्यभागेन राजवह्निगुरुस्त्रियः ॥ 191 ॥

Atyaasann Vinaashaaya Doorasthaa Na Phalapradaa.
Sevyataam Maddhyabhaagen Rajvahinagurnestriyah.

அரசர்க்கு அருகில் இருத்தல், அக்னி, குரு மற்றும் பெண் ஆகியோர் கடுமையான விளைவுகளை ஏற்படுத்தும், ஆனால் அவர்களை விட்டு விலக இருப்பதும் எந்த நற்பலனும் தராது. ஆகவே, நாம் ஒரு இடைப்பட்ட நிலையை எடுக்க வேண்டும். அதாவது அவரை விட்டு வெகுதூரம் வலகியும் செல்லாமல் மிக அருகிலும் செல்லாமலும் இருக்க வேண்டும் (அரசனுக்கு அருகில் இருப்பது எப்போதாவது பலன் தரலாம் ஆனால் அந்த நிலை ராஜ கோபம் வெளியாகும் போது விளைவு கடுமையானதாக இருக்கும்).

एक एव पदार्थस्तु त्रिधा भवति वीक्षति।
कुपणं कामिनी मासं योगिभिः कामिभिः श्वभि ॥ 192 ॥

Ekeva Padaarthastu Tridhaa Bhavati Veekshati.
Kupanam Kaamineem Maasam Yogibhih Kamibhih Shvabhi.

ஒரே பொருள் – பெண்ணின் சரீரம் – மூன்று பேர் மூன்று விதமாக காண்பர். காமுகன் அதை பாலுணர்வை தனிக்கும் பொருளாகவும், யோகி அதை கெட்டுப்போன துர்நாற்றம் வீசும் ஒரு பிணமாகவும் நாய்கள் அதை சுவையான இறைச்சியாகவும் காண்பர். காணும் ஒரு பொருள் அவரவர் அடிப்படை தன்மைக்கு ஏற்றால் போல் வெவ்வேறு பார்வையாளருக்கு வெவ்வேறு விதமான தாக்கத்தை ஏற்படுத்தும் என்று சாணக்கியர் கூறுகிறார். இவை அனைத்தும் அதை ஒருவன் எவ்வாறு பார்க்கிறான் என்பதை பொறுத்தது. காமுகன், எப்போதும் தன் காம இச்சைக்கு இரையாக ஒரு பெண்ணின் சரீரத்தை அது பிணமான போதும் காண்கிறான். யோகி எப்போதும் அந்திமத்தை தேடிக் கொண்டிருப்பதால் தன் வழிபாட்டிற்கு ஏற்றதாக கருதுகிறான். எப்போதும் இறைச்சிக்காக பசித்திருக்கும் நாய் அதை ஒரு ருசியான உணவாக காண்கிறது. அழகு பார்ப்பவர் கண்ணில் இருப்பது போல் காணப்படும் ஒரு பொருளின் மதிப்பு, அந்த பொருளை காண்பவர் கருத்தை பொறுத்தது.

मणिर्लुण्ठति पादाग्रे काचः शिरसि धार्यते।
क्रय-विक्रयवेलायां काचः काचो मणिर्णणिः ॥ 193 ॥

Manirlunthati Paadaagre Kaachah Shirasi Dhaaryate.
Kraya-Vikrayavelaayaam Kaachah Kaacho Manirnanih.

விலை உயர்ந்த கற்கள் ஒருவர் காலடியிலும், கண்ணாடி கற்கள் தலையிலும் (மரியாதையாக) இருந்தாலும், விற்கும் போது அதற்கான பேரம் நடக்கும் போது விலை உயர்ந்த கற்கள் அதாகவும் கண்ணாடி கற்கள் கண்ணாடி கற்களாகவும் அறியப்படும். ஒருவனின் கஷ்ட காலத்தில் அவன் நிலை தாழ்ந்தாலும் அவன் உள்ளார்ந்த மதிப்பு எந்நாளும் குறைவதில்லை என்று சாணக்கியர் கூறுகிறார். அதற்குரிய நேரம் வரும்போது, கண்ணாடி துண்டுகள் எவ்வளவு உயர்வாக வைக்கப் பட்டிருந்தாலும் அது விலை உயர்ந்த கற்களுக்கு இணையாகாது. வெளி நிலவரத்தில் ஒரு பொருளின் உள்ளார்ந்த மதிப்பு சிறிதே பாதிக்கப்படும். வைடூரியத்தின் மேல் தூசி படிந்து அதன் ஒளியை சிறது மங்கலாக்கும். விரைவில் அது தன முழு ஒளியையும் பெறும். இயற்கை நிலையை எந்த தந்திரத்தாலும் நீண்ட காலம் மறைக்க இயலாது.

लोभश्चेदगुणेन किं पिशुनता यद्यस्ति कि पातकैः
सत्यं यत्तपसा च किं शुचिमनो यद्यस्ति तीर्थेन किम्।
सौजन्यं यदि किं गुणै सुमहिमा यद्यस्ति किं मडनैः
सद्विद्या यदि किं धनैरपयशो यद्यस्ति कि मृत्युना ॥ 194 ॥

Lobhashchedagunen Kim Pishunataa Yaddyasti Ki Paatakaih
Satyam Yattpasaa Cha Kim Shuchimano Yaddyasti Teerthen Kim.
Saujannyam Yadi Kim Gunaih Sumahimaa Yaddyasti Kim Mandanaih
Sadviddyaa Yadi Kim dhanairapayasho Yaddyasti Kim Mrityunaa.

ஒரு பேராசைக்காரன் எதற்கு பிறர் குறைகளைப் பற்றி கவலைப்பட வேண்டும்; புறம் கூறுவோன் பாவத்தை பற்றி; நேர்மையானவர் தவம் மற்றும் தர்மங்களைப்பற்றி ; குற்றமற்ற மனம் உள்ள ஒருவன் புண்ணிய தலங்களை தரிசிக்க; ஒரு பிரபலமானவன் ஒப்பனை செய்ய; அறிஞன் செல்வத்தைப் பற்றி; தீம் புகழ் கொண்ட ஒருவன் மரணத்தை பற்றி; பேராசைக்காரன் பிற குறைகளைப்பற்றி பொருட்படுத்துவது இல்லை. ஒரு அறியப் பெற்ற தீயவனிடம் இருந்து எதையாவது கவர நினைத்தால் அதைக் கவரத் தயங்குவதில்லை. பேராசை அவன் கண்களை மறைப்பதால், தன் அடைய நினைக்கும் பொருளைத் தவிர வேறேதும் பார்ப்பதில்லை பேராசைக்காரன் மற்றவன் ஆள் காட்டியா அல்லது தேச பக்தனா என்பதை பற்றி பொருட்படுத்துவது இல்லை. அவன் நெஞ்சமெல்லாம் நிறைந்து பிறரிடம் இருக்கும் செல்வமே. அவன் பேராசையை தனிக்க எவ்வளவு கேவலமானவனிடம் இருந்தும் எதையும் பெற்று கொள்வான். அதே போல், பிறர் குறை காண்பான் தன் ஆவலைத் தணிக்க தான் சொல்லும் நீதியற்ற அல்லது பாவமான பாதையில் செல்வதை பொருட்படுத்த மாட்டான். அவன் தன் சொல் செல்லுபடியாக கதை புனைந்து, பொய்யான நோக்கத்தை கற்பிப்பான். புறம் கூறும் எண்ணம் ஒரு உடல் நோய். புறம் கூறம் எண்ணம் கொண்ட ஒருவன் பாவம் செய்ய அஞ்சினாலும் புறம் கூறும் எண்ணத்தை தவிர்க்க மாட்டான். நேர்மையான, உண்மையான ஒருவன், தன்னை வருத்திக்கொள்ள மாட்டான். ஏனெனில் அனைத்து சுய துன்பங்களும் மனத்தூய்மை காண நடத்தப்படுகின்றன. ஒருவன் இயல்பாகவே நேர்மையாகவும், உண்மையாகவும் இருந்தால், அவன் தூய்மையானவன், இது போல சுய காயங்கள் தேவை இல்லை. ஒருவன் கள்ளமற்ற தூய மனதை மட்டும் அடையவே புண்ணிய தலங்களை நோக்கி செல்கிறான். ஒருவன் தன் துணி தூய்மையாக இருக்கும் போது எதற்காக அதை கசக்க வேண்டும். புண்ணிய தலங்களை நோக்கி செல்வது ஒருவனை குற்றமற்றவனாக ஆக்கவே. ஒருவன் ஏற்கனவே குற்றமற்றவனாக இருந்தால் எதற்கு புனித தலங்களுக்கு செல்ல வேண்டும்? ஒருவன் நல்ல உடை, ஆபரனங்கள் உடுத்தி ஒப்பனை செய்வதெல்லாம் பிறர் கண்களுக்கு விருந்து அளிக்கதான். ஆனால் ஒருவன் ஏற்கனவே பிரபலமாக இருந்தால். இது போன்ற சுய ஒப்பனைகளுக்கு அவசியம் இல்லை. அவன் பிரஸ்தாபமே அவன் அனைவர் கண்களுக்கும் விருந்து ஆவான். அவன் ஆளுமைக்கு அனைத்து புகழும் வந்து சேரும். நவீன ரீதியல், அனைவர் கவனத்தையும் கவர காந்திஜி எதற்கு கோட்டு சூட்டு என மூன்று பகுதி உடை அணிய வேண்டும். அவர் கந்தல் உடுத்தினாலும் அவர் தான் பிறர் கண்களுக்கு விருந்தாவரே தவிர நன்கு உடுத்திய ஒரு திரை நட்சத்திரம் அல்ல? உண்மையான கல்வி விடுதலை தருவதே; என்பது இந்திய கருத்து கூற்று. உபநிடதமும் இதை வலியுறுத்துகிறது. செல்வம் மற்றும் பிற உலகியல் நாட்டங்கள் ஒருவனை இந்த நடைமுறை சித்தாதங்களில் கட்டிப்போடுகிறது. வாஸ்தவமாக, இரண்டு ஒன்றை ஒன்று முரண்படுகின்றன. நல்ல கல்வி விடுதலை அளிக்கிறது. செல்வம் கட்டிப் போடுகிறது. ஆகவே நன்கு கற்ற அல்லது விடுதலை பெற்ற ஆத்மா எதற்கு செல்வம் மற்றும் இதர உலகியல் லவ்கீகங்களுக்கு ஏங்க வேண்டும். இறுதியாக, கவரவமற்ற அல்லது இகழுற்ற ஒருவன் ஏற்கனவே சபிக்கப்பட்ட வாழ்க்கை வாழ்கிறான். அத்தகைய சபிக்கப்பட்ட வாழ்வில் அவன் நிதர்சனமாக அனுபவிப்பது மரணம். அவன் ஏற்கனவே மரணத்திற்கு நிகரானதால் மரணம் அவனுக்கு எந்த மாற்றத்தையும்

ஏற்படுத்துவது இல்லை. ஆகவே இகழ் உடைய மனிதன் சாவை பொருட்டாக கொள்ள மாட்டான்.

राजा वेश्या यमश्चाग्निः चौराः बालकयाचकाः।
परदुःखं न जानन्ति अष्टमोग्रामकण्टकः ॥ 195 ॥

Raajaa Veshyaa Yamashchaagnih Chauraah Baalakyaachakaah. Pardukham Na Jaananti Ashtamograamakantakah.

அரசன், விலை மகளிர், மரண தேவன் எமராஜன், அக்னி, திருடன், பிச்சைக்காரன், குழந்தை, பிறர் சண்டையை ரசித்து மகிழும் மக்கள் (கிராம) இந்த எட்டு பேரும் பிறர் துன்பம் உணரார். (அரசன் தன் குடி மக்கள் ஒவ்வொருவரின் துன்பங்களை எண்ணி வருந்தினால் நாட்டை ஆள முடியாது). ஒரு திறமையான நிர்வாகத்திற்கு அரசன் ஒட்டு மொத்த குடி மக்களின் அல்லது சமூகத்தின் குறைகளில் அக்கறை கொள்ள வேண்டும். ஒவ்வொரு குடிமகனின் குறைகள் அல்ல. அவ்வாறு செய்தால் விதி முறைகளை, சட்ட திட்டங்களை அமல்படுத்த இயலாது. ஏனெனில் அவைகளில் சில தனி மனிதனுக்கு ஊறு விளைவிக்கலாம். விலை மாதுக்கு தன் வாடிக்கையாளர் குறைகளைப் பற்றி அக்கறை இருக்காது. அவள் ஒரே அக்கறை தன் சேவையால் அவனிடம் எவ்வளவு கரக்க இயலும் என்பது தான். அவள் தொழிலில் வெற்றி பெற அவள் தன் வாடிக்கையாளர் பிரச்சனைகளை நினைக்கக் கூடாது. (அதே போல்) மரண தேவன், எமராஜன் தனி மனிதரின் பிரச்சனைகளை கருத்தில் கொள்வதில்லை. இது ஒரு இயந்திர முறை, இதில் ஒரு மனிதனின் வயது காலவதியானதும் அவன் இறக்க வேண்டும். எமராஜனைப் போலவே அக்னியும் உயிருள்ள, உயிரற்றவற்றில் எந்த ஏற்றத்தாழ்வும் பார்ப்பதில்லை. ஒரு பிச்சைக்காரன் தனது பிரச்சனைகளைப் பற்றியே எண்ணிக்கொண்டிருப்பான் அதனால் அவனுக்கு மற்றவர்களைப் பற்றி சிந்திக்க நேரம் இருப்பதில்லை. திருடன் எப்போதும் மாறு வேஷத்தில் இருக்க வேண்டும் அல்லது அவன் பிடிபடுவான். ஒரு குழந்தை தனது அறியாமையால் மற்றவர்கள் துன்பத்தை பற்றி புரிந்துகொள்வதில்லை. இதில் உள்ள கொடுமை என்னவெனில் சிலர் மற்றவர்களை சண்டையிடச் செய்து மகிழ்ச்சி அடைவர். அவர்களுக்கு அவ்வாறு செய்வது குரூரமான ஆனந்தத்தை கொடுக்கும். அப்படிப்பட்டவர்கள் பிறர் துன்பத்தை உணர தொடங்கினால் மிகவும் நல்லது).

सुसिद्धमौषधं धर्मं गृहछिद्रं च मैथुनम्।
कुभुक्तं कुश्रुतं चैव मतिमान्न प्रकाशयेत् ॥ 196 ॥

Sushiddhamaushadham Dharm Grihachiddram Cha Maithunam. Kubhuktam Kushrutam Chaiv Matimaann Prakashyet.

ஒரு அறிவாளி கீழே கூறப்பட்டுள்ள விஷயங்களை இரகசியமாக வைக்க வேண்டும். தான் எடுத்துக்கொள்ளும் மருந்துகள், அவனது தர்மங்கள், குடும்பத்தில் உள்ள குறைபாடுகள், பெண்களிடம் உள்ள தொடர்பு, கெட்டுப்போன உணவை உண்டது. மற்றும் தான் கேட்ட தீயசெய்திகள் (பழங்கால நம்பிக்கைப்படி ஒருவன் தான் எடுத்துக்கொள்ளும் மருந்துகள் பற்றி பிறரிடம் கூறினால் அந்த மருந்து பலன் தராது. தான் செய்த தாந்தமங்கள்

பற்றி ஒருவன் பெருமைப்பட்டு கொள்ள கூடாது. தானதர்மங்கள் செய்வது நம் கடமை, அதை விளம்பரம் செய்யக்கூடாது. நமது நற்செயல்களை பிறர் பரிகாசம் செய்தால் அது நமக்கு சந்தேகத்தை அளிக்க கூடும். சாணக்கியரது இந்த கூற்று தற்கால நடைமுறைக்கு முற்றிலும் மாறுபட்டுள்ளது. இக்காலத்தில் மக்கள் நம்பிக்கையை விட விளம்பரத்துக்கே அதிக முக்கியத்துவம் அளிக்கின்றனர். இக்காலத்தில் ஒலிப்பெருக்கிகளில் மிகவும் சத்தமாக மந்திரங்களின் முழுக்கம் இல்லாமல் எந்த பூஜை அல்லது திருவிழாக்கள் நடப்பதில்லை. இது மற்றவர்களை எரிச்சல் அடையச் செய்து சமூகத்தில் உள்ள ஒற்றுமையை குலைத்துவிடும். இந்த விஷயத்தில் சாணக்கியரது கருத்து மிகவும் பொருத்தமாக உள்ளது.

நமது குடும்ப பிரச்சனைகளை வெளியே கூறக்கூடாது என்பது பொதுவாக அனைவருக்கும் தெரிந்த கருத்து. அப்படி அது வெளியே தெரியுமானால் அத நமக்கு அவமானத்தை கொடுக்கும் அதே போல் ஒரு முட்டாள்தான் தான் ஒரு பெண்ணுடன் தொடர்பு வைத்திருப்பதை வெளியே கூறுவான். இந்த விஷயங்களை வெளியே தெரியாமல் நாம் அந்தரங்கமாக வைத்துக் கொள்ள வேண்டும். நாம் தெரியாமல் கெட்டுப்போன உணவை உண்டுவிட்டால் அல்லது அதனை பிறருக்கு கொடுத்துவிட்டாலோ அதை வெளியே கூறுக்கூடாது. ஒருவர் குடிக்கும் சூப்பில் ஒரு ஈ விழுந்துவிட்டது என்றால் நாம் அதனை அவரிடம் கூறுக்கூடாது. ஈ விழுந்த சூப்பை குடித்தால் அவருக்கு எதுவும் ஆகாமல் இருக்கலாம். ஆனால் அதனை நாம் சொல்வதால் அவருக்கு மனரீதியாக உளைச்சல் உண்டாகலாம். அதே போல ஒருவர் மதரீதியாக தடை செய்யப்பட்ட உணவை உண்டுவிட்டால் அதையும் வெளியே சொல்வது நல்லதல்ல. நாம் ஒருவரை பற்றி தீய செய்திகளை கேள்விப்பட்டால் அதனை பிறரிடம் கூறுவது உகந்ததல்ல. அவ்வாறு செய்தால் வதந்திகள் பரவும். ஒருவர் கோபத்தில் மற்றவரை பற்றி இகழ்வாக பேசினால் அதனை நாம் மற்றவரிடம் கூறுவது தேவையற்ற குழப்பங்களுக்கு வழிவகுக்கும். இது நமக்கும், சமூகத்திற்கும் நல்லதல்ல. தீய செய்திகளை நமக்குள் இரகசியமாக வைத்துக்கொள்வதே சிறந்தது.

तृणं लघु तृणात्तूलं तूलादपि च याचक:।
वायुना किं न जीतोऽसौ मामायं याचयिष्यति ॥ 197 ॥

Trinam Laghu Trinaattoolam Toolaadapi Cha Yaachakah.
Vaayunaa Kirmna Jeetoasau Maamyam Yaachyishyati.

ஒரு வைக்கோல் மிகவும் எடையற்றது. பஞ்சு அதை விட எடை குறைவானது ஆனால் பிறரிடம் கையேந்துபவன் அதை விட எடை குறைந்தவனாகிறான். ஆனால் காற்று ஏன் அவனை தூக்கி செல்வதில்லை? ஏனெனில் காற்று கூட அவனை நெருங்கினால் நம்மிடம் ஏதாவது கேட்டுவிடுவானோ என்று பயப்படுகிறது (இது பிச்சை கேட்ப்பது எவ்வளவு இழிவானது என்று மறைமுகமாகவும், கேலி கலந்த அழுத்தத்துடனும் விளக்குகிறது).

उत्यां कोऽपि महीधरो लघुतरो दोर्भ्यां धृती लीलया
तेन त्वं दिवि भूतले च सततं गोवर्धनो गीयसे।

त्वां त्रैलोक्यधरं वहायि कुचयोरग्रेण नो गण्यते
किं वा केशव भाषणेन बहुना पुण्यं यशसा लभ्यते ॥ 198 ॥

Uttyaam Koapi Maheedharo Laghutaro Dommaryaam Dhritee Leelayaa
Ten Tvam Divi Bhootale Cha Statam Govardhano Geeyase.
Tvaam Trailokkyatharam Vahaayi Kuchayorgrena No Ganyate
Kim Vaa Keshav Bhaashanen Bahunaa Punuyam Yashasaa Labhyate.

கோவத்தனகிரி என்ற மலையை நீ தூக்கியதால் நீ சொர்கத்திலும், பூமியிலும் இருக்கிறாய். மூவுலகையும் நீ தாங்குகிறாய். ஆயினும் உன்னை நான் என் மார்ப்பின் நுனியில் தாங்குகிறேன். அப்படி இருந்த போதும் என்னால் ஒன்றை புரிந்து கொள்ள முடியவில்லை. ஓ கிருஷ்ணா! ஒருவரது பெயருக்கும், புகழுக்கும் காரணம் அவர்கள் பூர்வ ஜென்ம புண்ணியங்கள்தானா? (கேபியர் என்று அழைக்கப்படும் பெண்கள் கடவுளிடம் கவிதை நடையில் ஒரு குற்றச்சாட்டை கூறுகிறார்கள். கோபியர்கள் கிருஷ்ண பகவானை கோவர்த்தன் என்று அழைத்தனர். மூவுலகிற்கும் தலைவனான கிருஷ்ணனை அவர்கள் தங்கள் மார்பில் தாங்கி வளர்த்தனர். ஆயினும் அவர்களுக்கு எந்த புகழும் இல்லை. அதனால் கோபியர்கள் கடவுளை நோக்கி ஒருவரது பெயருக்கும், புகழுக்கும் காரணம் அவர்கள் பூர்வ ஜென்ம புண்ணியங்கள்தானா? என்று கேட்டனர் சாணக்கியர் இங்கு கூறும் கருத்து யாதெனில் புகழுடன் உள்ள சிலர் செய்யும் சிறு நற்செயல்கள்கூட பெரிதாக்கப்படுகிறது. ஆனால் சாதாரண மனிதன் செய்யும் மிகப்பெரிய நற்செயல்களை கூட மற்றவர்கள் கவனிப்பதில்லை. இங்கு நாம் சாணக்யரது மேதைதனத்தை மட்டுமல்லாமல் அவரது கவிதை நடையையும் தெரிந்துகொள்ளலாம்.

4. பொது நோக்கு (General Obeservations)

मूर्खशिष्योपदेशेन दुष्टास्त्रीभरणेन चं।
दु:खिर्त: सम्प्रयोगेण पण्डितोऽप्यवसीदति ॥ 199 ॥

Moorkhashishyopadeshen dushtastreebharanen Cham.
Dukhirtah Samprayogen Panditoappyavaseedati.

ஒரு முட்டாள் மாணவனுக்கு கற்றுக்கொடுப்பவனும், இழிவான பெண்ணுடன் தொடர்பு கொள்பவனும், மனச்சோர்வு கொண்ட மனிதனுடன் பழகுபவன் துன்பப்படுவான் (மூடனுக்கு பாடம் கற்ப்பிபதால் பலனில்லை. தீய பெண்ணுக்கு அடைக்கலம் கொடுத்தால் அது அந்த சமூகத்துகே ஆபத்தாக விளையலாம். மனச்சோர்வுள்ள மனிதனிடம் பழகினால் அவன் சோகம் நம்மையும் தொற்றிக்கொள்ளும் (அவர்களுக்கு இரக்கம் கொள்ளலாமே தவிர அவர்களுடன் பழகுவது சிறந்ததல்ல).

दुष्टा भार्या शठं मित्रं भृत्यश्चोत्तरदायक:।
ससर्पे गृहे वासो मृत्युरेव न संशय: ॥ 200 ॥

Dushtaa Bhaarya Shatham Mitram Bhrittyshchottaradaayakah.
Sasarpe Grihe Vaaso Mrityureva Na Sanshayah.

தீய மனைவி, அயோக்கி நண்பன், விவேகமற்ற பணியாள், விஷ நாகம் இவர்களுடன் இருப்பது நமக்கு அழிவை உண்டாக்கும். இதில் சந்தேகமில்லை (இந்த கருத்து தெளிவாக இருப்பதால் விளக்கம் தேவையில்லை).

न निर्मिता केन न दृष्टपूर्वा न श्रूयते हेममयी कुरंगी।
तथाऽपि तृष्णा रघुनंदनस्य विनाशकाले विपरीतबुद्धि: ॥ 201 ॥

Na nirmitaa Ken Na drishtpoorvaa Na Shrooyate Hemamayi Kurangee.
Tathaapi Trishnaa Raghunandanasya Vinaashakaale Vipreetabuddhih.

பொன்மானை யாரும் கண்டதில்லை, அப்படி ஒன்று படைக்கபடவுமில்லை. ஆனால் கடவுளான இராமபிரானே அதனை தேடிச்சென்றார். கெட்ட நேரம் வரும் போது அறிவு வேலை செய்வதில்லை (இங்கு சாணக்கியர் தனது ஆச்சயத்தை வெளிப்படுத்துகிறார். சீதையின் தூண்டுதலால் இராமன் இல்லா பொன்மானை தேடி அலைந்ததை உதாரணமாக கூறி கெட்ட நேரம் வரும்போது அறிவு வேலைசெய்வதில்லை என்பதை விளக்குகிறார். 'விநாஷ காலே விபரித புத்தி' என்ற செய்யுளின் கடைசி வரி இன்றும் மேற்கொள் கட்டப்படுகிறது.

बन्धनानि खलु सन्ति बहूनि प्रेमरज्जुकृतबन्धानमन्यत्।
दारुभोदनिपुणोऽपि षडंध्रि र्निष्क्रियो भवति पंकजकोशे ॥ 202 ॥

Bandhanaani Khalu Santi Bahooni Premarajjukritabandhanmannyat. Daarubhedanipunoapi Shandandhri Niriskriyo Bhavati Pankajkoshe.

பல வகையான பந்தங்கள் இருந்தாலும் காதல் என்பது முற்றிலும் மாறுபட்டது. தாமரை மலர்களின் அழகில் மயங்கிவிடுகிறது (இங்கு நாம் மீண்டும் சாணக்கியர் கவிதை நடையில் இயற்கையின் விதிகளை பற்றி எடுத்துரைப்பதைக் காணலாம். கடினமான மரத்தையே துளையிடக்கூடிய வண்டு காதல் மயக்கத்தால் மிருதுவான தாமரை மலர்களின் இதழ்களின் பிடியில் சிக்கிகொள்கிறது. காதல் என்ற பந்தம் மிகவும் தனிசிறப்பு கொண்டது).

स्वहस्तग्रथिता माला स्वहस्तघृष्टचंदनम्।
स्वहस्तलिखितस्तोत्रं शक्रस्यापि श्रियं हरेत् ॥ 203 ॥

Svahastagranthitaa Maala Svahastaagtirishtachandanam. Svahastalikhitastottram Shakrasyaapi Shriyam Haret.

தானே நெய்த பூமாலை, தனக்கு தானே பூசிக்கொள்ளும் சந்தனம், தானே உருவாக்கிய ஸ்தோத்தரம் ஆகியவை தேவர்களின் தலைவனான இந்திரனுக்கு கூட பெருமை அளிக்காது (இங்கு சாணக்கியர் தற்புகழ்சி செய்வது இழிவான செயல் என்ற கருத்தை கூறுகிறார்).

गृहासक्तस्य नो विद्या न दया मांसभोजनः।
द्रव्य लुब्धस्य नो सत्यं न स्त्रैणस्य पवित्रता ॥ 204॥

Grihaasaktasya No Vidyaa Na dayaa Maansabhojanah. Dravya Lubdhasya Satyam Na Strainasya Pavitrataa.

தன் வீட்டிலேயே முடங்கிக்கிடக்கும் ஒருவன் அறிவை பெறுவதில்லை. மாமிசம் உண்பவர்களுக்கு இரக்கம் இருப்பதில்லை, பேராசைக்காரனிடம் உண்மை இருப்பதில்லை, ஆண்மையற்றவன் மனது சுத்தமாக இருப்பதில்லை (வீட்டை விட்டு வெளியே வராதவன் கல்வியறிவு பெற முடியாது. வெளியுலகத்தில் மற்றவர்களுடன் பழகும் போது தான் நம் அறிவு வளரும். அப்படி செய்யாதவன் அறிவாளியாக முடியாது. பொது வாழ்வில் ஒருவனுக்கு கிடைக்கும் அனுபவங்களே அவனது அறிவைப் பெருக்குகிறது. வீட்டில் முடங்கிக்கிடக்கும் ஒருவனுக்க படிப்பும் அறிவும் இருக்காது.

மாமிசம் உண்பவர்கள் மனதில் கொலை செய்யும் தூண்டுதல் இருந்துகொண்டே இருக்கும். இது அவர்களின் இரக்க குணத்தை அழித்துவிடும். பேராசை கொண்டவன் எதையும் நடுநிலையுடன் பார்க்கமாட்டான். அவனிடம் இயல்பாகவே உண்மை இருக்காது.

ஆண்மையற்ற ஒருவன் மனவலிமையற்றவனாக இருப்பான். முதுகெலும்பற்ற அந்த மனிதன் எதையும் விட்டுகொக்க தயாராக இருப்பான். ஒருவன் தன் கொள்கைகளை விட்டுகொடுத்துவிட்டால் அவனது தூய்மை அழிந்துவிடும். இங்கு ஆண்மை என்பது ஒருவனின் ஆண்மைத்தன்மையை குறிக்கவில்லை, அவனது மனவலிமையை குறிக்கிறது).

कोऽर्थान्प्राप्य न गर्वितो विषयिण: कस्यापदोऽस्तंगता:।
स्त्रीभि: कस्य न खण्डितं भुवि: मन: को नाम राज्ञप्रिय: ॥
क: कालस्य न गोचरत्वमगमत कोऽर्थीऽगतो गौरवम्।
को वा दुर्जनदुर्गुणेषु पतित: क्षेमेण यात: पथि ॥ 205 ॥

Koarthannpraapya Na Garvito Vishyinah Kasyaapadoa stangataah.
Streebhih Kasya Na Khanditam Bhuvih Manah Ko Naam Raagyapriyah.

Kah Kaalasya Na Gocharatvamgamat Koarthee Gato Gauravam.

Ko Vaa durjan durguneshu Patitah Kshemen Yaatah Pathi.

செல்வத்தால் ஆணவம் அடையாத மனிதன் யார்? எவ்விதமான புலனின்பம் ஒருவனின் துக்கத்தை போக்கும்? பெண்களால் மனமுடையாத மனிதன் யார்? அரசனின் தயவை எப்போதும் பெற்றவர் யார்? காலத்தின் தீய பார்வையிலிருந்து தப்பித்தவர் யார்? எந்த பிச்சைக்காரன் பிறரின் மதிப்பை பெற முடியும்? தீயவர்கள் பிடியில் சிக்கி பிழைத்தவர் யார் (இந்த கேள்விகள் மூலமாக கூறப்பட்டுள்ள கருத்துகள் எதிர்மறையான பொருளை தருகிறது). செல்வத்தால் ஆணவம் அடையாதவர் யார் என்ற கேள்வி செல்வந்தர்கள் எப்போதும் ஆணவத்துடன் இருப்பார்கள் என்பதை விளக்குகிறது. சாணக்கியரது காலத்தில் இருந்த பெண்களுக்கு எதிரான கருத்துகளின் பிரதிபலிப்பாக அவர் பெண்ணால் மனமுடையாத ஆண் யார் என்ற கருத்தை கூறுகிறார். எந்த அரசனும் யாருக்கும் அனுசரனையாக இருக்கமாட்டன் மற்ற கருத்துகளுக்கு விளக்கம் தேவையில்லை).

निमंत्रणोत्सवा विप्रा गावो नव तृणेत्सवा।
पत्युत्साहयुता भर्या अहं कृष्ण रणोत्सव: ॥ 206 ॥

Nimantranotsava vippraa Gaavo Nav Trinottsavaah.
Pattyutsaahayutaa Bharyaa Aham Krishna Ranotsavah.

ஒரு பிராமணனுக்கு விருந்திற்கான அழைப்பு, பசுவுக்கு வேகமாக வளரும் புல்; மனைவிக்கு வெளிநாட்டிலிருந்து வரும் கணவனின் வரவு; ஆகியவை திருவிழாவின் தொடக்கம் போன்றதாகும். ஒ கிருஷ்ணா எனது திருவிழா போர் (வீரர்களுக்கு போர் புரிவது திருவிழாவின் துவக்கம் போன்றதாகும்).

बहूनां चैव सात्वानां समवायो रिपुञ्जय:।
वर्षान्धाराधरो मेधस्तृणैरपि निवार्यते ॥ 207॥

Bahoonaam Chaiv Satvaanaam Samavaayo Ripuujayah.
Varshaandhaaraadharo Meghastrinairapi Nivaaryate.

பல சிறிய பொருட்கள் ஒன்று சேர்ந்தால் மிகப்பெரிய எதிரியையும் வீழ்த்தலாம். சிறிய நாணல்கள் பல ஒன்றாக சேர்ந்து சீறப்பாயும் மழை நீரை கட்டுப்படுத்திவிடும் (சாணக்கியர் இங்கு நாம் ஒற்றுமையாக செயல்பட்டால் மிகப்பெரிய எதிரியையும் வீழத்திவிடலாம் என்று கூறுகிறார். ஒரு சிறிய குடிசை வைக்கோலால் பின்னப்பட்டது. ஆனால் வைக்கோல்கள் சரியான முறையில்

பின்னப்பட்டால் அவை கடுமை ன வேகத்துடன் பெய்யும் மழைநீரை தடுத்துவிடும்).

जलविन्दुनिपातेन क्रमशः पूर्यते घटः।
स हेतु सर्वविद्यानां धर्मस्य च धनस्य च ॥ 208 ॥

Jalvindunipaaten Kramashah Pooryate Ghatah.
Sa Hetu Sarvaviddyaanaam Dharmasya Cha Dhanasya Cha.

சிறு துளிகளாக விழும் நீர் ஒரு பானையை நிரப்பிவிடும். அதே போல நாம் சிறது சிறுதாக அறிவு, தர்மம் மற்றும் செல்வத்தை சேகரித்துக்கொள்ள வேண்டும் (மிகவும் சிறய அளவிலான அறிவை கூட நாம் சேகரித்துக்கொண்டால் அது ஒரு புதையல் போன்றதாகும். அதே போல நாம் தார்மீக மற்றும் மத சித்தாந்தங்களை கடைபிடித்து அனைவரிடமும் நேர்மையுடனும் இருக்க வேண்டும். நாம் செல்வத்தை சேர்க்க வேண்டிய வழி இதுதான். சிறு துளிகள் ஒன்று சேர்த்து பெரிய நீர்தேக்கங்களாக மாறுகிறது.

धनेषु जीवितव्येषु स्त्रीषु चाहारकर्मषु।
अतृप्ता प्राणिनः सर्वेयाता यास्यन्ति यान्ति च ॥ 209 ॥

Dhaneshu Jeevitavyeshu Streeshu Chahaarakarmashu.
Atriptaa Praaninah Sarveyaataa Yaasyanti Yaanti Cha.

இந்த உலகை விட்டு சென்றவர், செல்பவர்கள், மற்றும் செல்லப்போகிறவர் யாவரும் தான் அனுபவித்த, அனுபவித்து கொண்டுள்ள மற்றும் அனுபவிக்க போகின்ற வாழ்க்கை, செல்வம், பெண் மற்றும் உணவு ஆகியவற்றில் திருப்தி அடைய மாட்டர்கள் (சாணக்கியர் புலனின்பம் எவ்வளவு கிடைத்தாலும் ஒருவனுக்கு அதில் திருப்தி கிடைக்காது என்ற கருத்தை கூறுகிறார். ஒருவன் எவ்வளவு செல்வம் சேர்த்தாலும், நீண்ட ஆயுளை பெற்றிருந்தாலும், நல்ல மனைவி மற்றும் உணவு இருந்தாலும் அவனுக்கு திருப்தி கிடைப்பதில்லை).

दातृत्वं प्रियवक्तृत्वं धीरत्वमुचितज्ञता।
अभ्यासेन न लभ्यंते चत्वारः सहजा गुणा ॥ 210 ॥

Daatritvam Priyavaktrittvam Dheeratvamuchitagyateaa.
Abhyaasen Na Labhyante Chatvaarah Sahajaa Gunaa.

தானம் செய்தல், இனிமையான சொற்கள், பொறுமை, சமயோசித புத்தி (இடம், பொருள், நேரத்துக்கு ஏற்றது போல) ஆகியவை பிறப்பிலேயே ஒருவனுக்கு உள்ள குணங்கள், அது பயிற்சியால் கொண்டுவர முடியாது. தானம், பொறுமை, சமயோசித புத்தி ஆகியவை இயற்கை குணங்கள், நாம் எவ்வளவு பயிற்சி மேற்கொண்டாலும் அதனை விதைக்க முடியாது).

धनिकः श्रोत्रियो राजा नदी वैद्यस्तु पञ्चमः।
पञ्च यत्र न विद्यन्ते न तत्र दिवसे वसेत ॥ 211॥

Dhanikah Shrotriyo Raajaa Nadee Vaiddyastu Panchamah.
Pancha Yatra Na Viddyante Tatra Divase Vaset.

நாம் வாழும் இடத்தில் சேட்டு (தேவைப்படும் போது பணத்தை கடனாக கொடுக்கும் பணக்காரர்), வேதங்கள் கற்ற அறிஞர் (நாம் நம் வாழ்வில் எதை செய்யலாம், எதை செய்யக்கூடாது என்று அறிவுரை வழங்குபவர்). ஒரு அரசன் (அல்லது சட்டம் ஒழுங்கை நடைமுறை படுத்தும் ஓர் அதிகாரி), ஒரு வைத்தியர் (நாம் உடல் நலக்குறைவால் பாதிக்கப்படும் போது குணப்படுத்த), ஆறு (நம் தண்ணீர் தேவையை பூர்த்தி செய்ய) ஆகியவை இல்லையென்றால் அந்த இடத்தில் ஒரு நாள் கூட இருக்ககூடாது.

लोकयात्रा भयं लज्जा दाक्षिण्यं त्यागशीलता।
पञ्च यत्र न विद्यन्ते न कुर्यात्तत्र संगतिम् ॥ 212 ॥

Lokayaatraa Bhayam Lajjaa Dakshinnyam Tyaagasheelataa.
Panch Yatra Na Vidyante Kuryattatra Sangtim.

எந்த இடத்தில் ஒருவன் பிழைப்பு நடத்த முடியாதோ, எந்த இடத்தில் மக்கள் அச்சம், கூச்சம், தர்மம், பெருந்தன்மை ஆகியவை இல்லாமல் இருக்கிறார்களோ அந்த இடத்துடன் நாம் தொடர்பு வைத்துக்கொள்ளக்கூடாது (அதாவது ஒருவன் அவ்வாறான இடத்தில் வாழக்கூடாது. இங்கு அச்சம் என்பது நீதிக்கும், சமூக நெறிக்கும் நாம் பயப்படவேண்டும் என்பதை குறிக்கிறது. அது இல்லையென்றால் மக்கள் புரட்சியிலும் வன்முறையிலும் ஈடுபடுவர். மற்ற கருத்துகளுக்கு விளக்கம் தேவையில்லை).

यस्मिन देशे न सम्मानो न वृत्तिर्न च बान्धवा:।
न य विद्यागमोऽप्यस्ति वासस्तत्र न कारयेत ॥ 213 ॥

Yasmin Deshe Na Sammano Na Vrittirna Cha Baandhavah.
Na Ya Viddyaagamoappyasti Vaasastatra Na Kaaryet.

மரியாதை இல்லாத இடத்திலும்; பிழைப்பு நடத்தக் கூடிய சாத்தியமில்லாத இடத்திலும், சொந்த பந்தங்கள் இல்லாத இடத்திலும் அறிவை வளர்த்துக்கொள்ள வழியில்லாத இடத்திலும் (நல்ல கல்வி பெறமுடியாத இடத்திலும்) ஒருவன் இருக்கக் கூடாது.

यो ध्रुवाणि परित्यज्य ह्यध्रुवं परिसेवते।
ध्रुवाणि तस्य नश्चयन्ति चाध्रुवं नष्टमेव हि ॥ 214 ॥

Yo Dhruvaani Parityajya Hyadhruvam Parisevate .
Dhruvaani Tasya Nashyanti Chaadhruvam Nashtamev Hi.

இருப்பதை விட்டுவிட்டு இல்லாததை தேடி செல்பவன் தன்னிடம் இருப்பதை நிச்சயமாக இழப்பான். இல்லாத பொருள் தானாகவே அழிந்துவிடும் (இந்த பழமொழி கூறும் கருத்து ஆங்கிலத்தில் கூறப்பட்டுள்ள

பழமொழியான (one in hand is better than two in the bush) புதரில் உள்ள இரண்டு பறவையை விட கையில் உள்ள ஒரு பறவையே மேல் என்ற பழமொழி கூறும் கருத்தையே கூறுகிறது.

परोक्षे कार्यहन्तारं प्रत्यक्षे प्रियवादिनम्।
वर्जयेत्तादृशं मित्रं विषकुम्भं पयोमुखम् ॥ 215 ॥

Parokshe Kaaryahantaaram Pratyakshe Priyavaadinam.
Varjayettadrisham Mittram Vishkumbham Payomukham.

நம் முகத்திற்கு நேரே இனிமையாக பேசிவிட்டு, புறத்தில் நம்மை பற்றி இழிவாக பேசும் நண்பனை விலக்க வேண்டும். அவன் விஷம் நிறைந்த பானையின் மேல் பகுதியில் பாலை கொண்டு மூடியத்தற்கு சமமானவன் (நம்மை ஏமாற்றுவதற்காக நம் முன் நல்லவன் போல நடிக்கும் நேர்மையில்லாத நண்பனை நாம் விலக்க வேண்டும். அவனால் நமக்கு எந்த நன்மையுமில்லை).

नदीनां शस्त्रपाणीनां नखीनां शृंगिणां तथा।
विश्वासो नैव कर्तव्यः स्त्रीषु राजकुलेषु च ॥ 216 ॥

Nadeenaam Shastrapaaneenaam Nakheenaam Shringinaam Tathaa.
Vishwaaso Naiv Kartavyah Streeshu Rajakuleshu Cha.

ஆறு, ஆயுதம் ஏந்தியவர்கள், கொம்பு மற்றும் நகங்கள் கொண்ட மிருகங்கள், பெண்கள் மற்றும் செல்வந்தர்கள் ஆகியோரை நாம் நம்பகூடாது (ஒருவன் ஆற்றைக் கடக்கும் முன் அதன் ஆழம், அகலம், அதன் நீரோட்டத்தின் சக்தி ஆகியவற்றை அறிந்து கொள்ள வேண்டும். அதே போல ஆய்தம் ஏந்தியவனிடம் நாம் எச்சரிக்கையாக இருக்கவேண்டும். மிக சிறிய தூண்டுதல் கூட அவனை கோபமடையச் செய்து அவன் ஆய்தத்தை பிரயோகிக்க கூடும். கொம்பு மற்றும் நகங்கள் கொண்ட மிருகங்களிடம் நாம் சற்று கவனக்குறைவாக இருந்தால் கூட அது நமக்கு ஆபத்து. கடைசியாக பெண்கள் மற்றும் செல்வந்தர்கள் நிலையற்ற மனம் கொண்டவர்கள். அதனால் அவர்களது செயல்களை நாம் கணிக்க முடியாது. இவர்களை நம்பும் ஒருவன் தீய விளைவுகளை அனுபவிப்பான்.

न विश्वसेत्कुमित्रे च मित्रे चापि न विश्वसेत्।
कदाचित्कुपितं मित्रं सर्वं गुह्यं प्रकाशयेत् ॥ 217 ॥

Na Vishuasetkumitre Cha Mitre Chaapi Na Vishvaset.
Kadaachitkupitam Mitram Sarva Gurhyaim Prakshyet.

நாம் நமது நல்ல நண்பனைக் கூட முழுமையாக நம்பி அவனிடம் நம்முடைய இழிவான இரகசியங்களை கூறுக்கூடாது. நம் மேல் உள்ள பழி உணர்ச்சியில் அவன் அதனை வெளியே பரப்பவிடக்கூடும் (சாணக்கியர் நாம் நமது நண்பனைக்கூட முழுமையாக நம்பக்கூடாது என்று அறிவுரை கூறுகிறார். நம் வாழ்வில் உள்ள சில இரகசியங்களை யாருக்கும் தெரியப்படுத்தக் கூடாது, அது நமது நண்பனாக இருந்தாலும் கூட, ஏனெனில் அவன் கோபத்தில் அதனை வெளிபடுத்தக் கூடும்.

अर्थनाश मनस्तापं गृहिण्याश्चरितानि च।
नीचं वाक्यं चापमानं मतिमानन प्रकाशयेत ॥ 218 ॥

Arthanaash Manastaapam Grihnyaashcharitaani Cha.
Neecham Vaakyam Chaapamaanam Matimaanan Prakaashyet.

கீழே சொல்லப்பட்ட இரகசியங்களை நாம் யாருக்கும் தெரிவிக்காமல் எச்சரிக்கையுடன் இருக்க வேண்டும். நாம் செல்வத்தை இழந்த விஷயம்; சொந்த வாழ்வில் நடந்த சோகம்; மனைவியின் நடத்தையில் சந்தேகம்; இழிவான மனிதனின் சொற்கள் மற்றும் நமக்கு நேர்ந்த இழிவு (சாணக்கியர் கூறுவது யாதெனில் நம் இரகசியங்களை மற்றவர்களுடம் பகிர்நதுகொண்டால் அது நமக்கு ஆறுதலைவிட அவமானத்தையே கொடுக்கும் என்பது தான்).

मनसा चिन्तितं कार्यं वचसा न प्रकाशयेत्।
मन्त्रेण रक्षयेद् गूढं कार्यं चापि नियोजनयेत् ॥ 219 ॥

Manasaa Chintitam Kaaryam Vachsaa Na Prakaashyet.
Mantren Rakshyed goodham kaaryam Chaapi Niyojayet.

ஒருவன் தனது நல்ல திட்டங்களையும், நோக்கங்களையும் வெளியே கூறுக்கூடாது. அதை நாம் இரகசிய மந்திரம் போல பாதுகாக்க வேண்டும். நாம் அந்த திட்டதை செயல்படுத்தவதும் ஆரவாரமின்றி மிகவும் இரகசியமாக இருக்கவேண்டும் (அந்த திட்டத்தை வெற்றிகரமாக நிறைவேற்றுவதற்கு). ஒருவன் ஒரு செயலை தொடங்கும் முன்பாகவே தன் திட்டத்தை மற்றவர்களிடம் கூறிவிட்டால் அது அவனுக்கு தோல்வியை அளிக்ககூடும். ஒருவன் நன்கு ஆய்வு செய்து ஒரு வேலையை செய்வானேயானால் அவன் அதனை இரகசியமாக செய்ய வேண்டும். அது அவன் முழு திறமை மற்றும் கவனத்தை செலுத்தி அந்த வேலையை வெற்றிகரமாக நிறைவேற்ற உதவியாக இருக்கும்.

लालनाद् बहवो दोषास्ताडनाद् बहवो गुणाः।
तस्मात्पुत्रं च शिष्यं च ताडयेनन तु लालयेत् ॥ 220 ॥

Laalanaad Bahavo Doshaastaadanaad Bahavo Gunaah.
Tasmaatputtram Cha Shishyam Cha Tadayenan Tu Laalyet.

அளவுக்கதிகமான பாசம் குறைபாடுகளை உண்டாக்கும். நயமான கண்டிப்பு நல்ல பண்புகளை வளர்க்கும். எனவே ஒருவனது பிள்ளையோ அல்லது மாணவனோ நயமான கண்டிப்புடன், சிறதளவு பாசத்துடன் வளர்க்க வேண்டும் (இந்த நிலை ஒரு பிள்ளை ஒரளவு வளர்ந்த பின் கடைபிடிக்க வேண்டிய விஷயம். ஏனெனில் அந்த வயதில் அவர்கள் பிற விஷயங்களால் கவரப்பட்டு அவர்களது குறிக்கோளிலிருந்து கவனம் சிதறிவிடக்கூடும். இந்த நிலை ஒரு பிள்ளை குழந்தைப்பருவத்திலிருந்து வாலிப் பருவம் அடையும் நேரத்தில் வருகிறது. பெற்றோர்களின் நயமான கண்டிப்பால் அவனது முழு திறமைகளையும் பயன்படுத்தி அவன் குறிக்கோளை அடைய முடியும்).

पादशेषं पीतशेषं सान्ध्यशेषं तथैव च।
श्वानमूत्रसमं तोयं पीत्वा चान्द्रायणं चरेत् ॥ 221 ॥

Paadshesham Peetashesham Saandhyashesham Tathaiv Cha.
Shvanamootrasamam Toyam Peetvaa Chandraayanam Charet.

ஒருவரது பாதங்களை கழுவிய நீர், சந்த்யா வந்தனம் (காலை, மதியம், மாலை ஆகிய நேரங்களில் செய்யும் இறைவழிபாடு) செய்த நீர், ஆகியவற்றை நாம் பருகக்கூடாது. அது நாயின் சிறுநீரை விட மோசமானது. ஒருவன் அதனை பருகிவிட்டால் அவன் தோஷ நிவர்த்திக்காக சந்த்ராயன் விரதம் என்ற பரிகாரம் செய்ய வேண்டும் (இந்த பழமொழி கூறும் கருத்து நம் உடல் ஆரோக்கியத்தை காக்க வேண்டியதன் அவசியத்தை கூறுகிறது. வெப்பமான காலநிலையில் தண்ணீர் கூட மாசுபட்டு இருக்கும். மேலும் இந்த பழமொழி அக்காலத்தில் தண்ணீர் அளவுக்கு மிகுதியாக இருந்ததை குறிக்கிறது. இது ஒரு அரபு நாட்டவரின் கருத்தாக இருக்க முடியாது. அங்கு தண்ணீர் மிகவும் குறைந்த அளவே கிடைக்கும், அதனால் அங்கு அது மிகவும் விலைமதிப்பில்லாத பொருளாக இருக்கிறது. ஆனால் பழங்கால வட இந்தியாவில் தண்ணீர் மிகுதியாக இருந்தது. சந்த்ராயன் விரதம் என்றால் ஒரு நாள் முழுவதும் உணவு உண்ணாமல், தண்ணீர் பருகாமல் இருந்து நிலவை பார்த்த பிறகே விரதத்தை முடித்துக்கொள்வதாகும்).

विप्रियोर्विप्रवह्नेश्च दम्पत्योः स्वामिभृत्ययोः।
अन्तरेण न गन्तव्यं हलस्य वृषभस्य च ॥ 222 ॥

Vipprayorvippravhaneshcha Dampatyoh Swamibhrityoyh.
Antaren Nagantawyam Halasya Vrishabhasya Cha.

இரு பிராமணர்களுக்கும் நடுவில், பிராமணனுக்கும் நெருப்புக்கும் இடையில், முதலாளி, பணியாள் மத்தியிலும், கணவன் மனைவிக்கும் நடுவிலும், ஏர் மற்றும் காளைக்கு நடுவிலும் நுழையக்கூடாது.

पादाभ्यां न स्पृशंदग्निं गुरुं ब्राह्मणमेव च।
नैव गावं कुमारीं चन न वृद्धं न शिशुं तथा ॥ 223 ॥

Paadaabhyam Na Sprashandagnim Gurum Brahmanmeva Cha.
Naiv Gaavam Kumareem Cha Na Vriddham Na Shishum Tathaa.

நெருப்பு, குரு, பிராமணன், பசு, கற்புடைய பெண், வயதில் மூத்தவர்கள் மற்றும் குழந்தைகள் நாம் தொடக்கூடாது. அது நாகரிகமானதல்ல.

उत्पन्नपश्चात्तापस्य बुद्धिर्भवति यादृशी।
तादृशी यदि पूर्वं स्यात्कस्य स्यान्न महोदयः ॥ 224 ॥

Utpannapashchaataapasya Buddhirbhavati Yaadrishee.
Taadrishee Yadi Poorva Syaatkasya Syaanna Mahodayah.

ஒருவன் தான் ஒரு தவறு செய்த பிறகு வருந்துவான். ஆனால் தன் தவறை முன்பே உணர்ந்துவிட்டால் அவனது முன்னேற்றத்தை யாரும் தடுக்க முடியாது (ஒரு தவறான செயல் மிகுந்த வருத்தத்தை தரும். ஒருவன் தான் செய்த தவறை உணர்ந்துவிட்டால் அவன் மிகுந்த வருத்தம் கொள்கிறான். ஆனால் அவன் தவறு செய்யாமல் புத்திசாலித்தனமாக இருந்தால் அவனுக்கு பின்னடைவில்லை. ஏனெனில் ஒருவன் தான் செய்யும் செயலை கவனத்துடன் செய்தால் அது தங்கு தடையின்றி வேகமாக நிறைவேறும்.

त्यजेदेकं कुलस्यार्थे ग्रामस्यार्थे कुलं त्यजेत्।
ग्रामं जनपदस्यार्थे आत्मार्थे पृथिवीं त्यजत् ॥ 225 ॥

Tyajedekam Kulasyaarthe Graamasyaarthe Kulam Tyajet.
Graamam Janapadasyaarthe Aattmaarthe Prithiveem Tyajat.

ஒரு குடும்பத்திற்காக ஒருவனை பலி கொடுக்கலாம், ஒரு கிராமத்துக்காக ஒரு குடும்பத்தை பலி கொடுக்கலாம், ஒரு மாநிலத்துக்காக ஒரு கிராமத்தை பலி கொடுக்கலாம். ஆனால் தனக்காக இந்த உலகத்தையே பலிகொடுக்கலாம் (இந்த சுலோகம் ஒரு பொருளின் மதிப்பின் அளவை குறிக்கிறது. தனி மனிதனை விட குடும்பம் முக்கியத்துவம் வாய்ந்தது, குடும்பத்தைவிட கிராமம் முக்கியம் வாய்ந்தது. கிராமத்தை விட மாநிலம் முக்கியம் வாய்ந்தது. மாநிலத்தை விட உலகம் முக்கியத்துவம் வாய்ந்தது. ஆனால் தன்னை காத்துக்கொள்ள இந்த உலகத்தை விட முக்கியம் வாய்ந்தது. இங்கு தான் என்பது நமது ஆன்மாவை உணர இந்த உலகத்தையே தியாகம் செய்ய வேண்டும் அதுவே மேன்மையாக கருத்ப்படுகிறது.

आपदर्थं धनं रक्षेद् दारान रक्षेद धानैरपि।
आत्मानं सततं रक्षेद् दारैरपि धनैरपि ॥ 226 ॥

Aapadartham Dhanam Rakshed Daaraan Rakshed Dhanairapi.
Aatmaanam Satatam Rakshed Daarairapi Dhanairapi.

நெருக்கடியான காலத்திற்காக பணத்தை பாதுகாக்க வேண்டும், மனைவியை காப்பதற்காக பணத்தை செலவு செய்யலாம், ஆனால் தன்னை பாதுகாத்துக்கொள்ள ஒருவன் பணம் மற்றும் மனைவியை இலக்கலாம் (இந்த சுலோகம் நெருக்கடியான நேரத்தில் நாம் எதற்கு முக்கியத்துவம் அளிக்க வேண்டும் என்ற வரிசை முறையை கூறுகிறது. நாம் நமக்குத்தான் மிகவும் முக்கியத்துவம் அளிக்க வேண்டும், எனெனில் நாம் இருந்தால் தான் மனைவி, செல்வம் ஆகியவை உபயோகப்படும். அதனால் நமக்கே நாம் முக்கியதுவம் அளிக்க வேண்டும்.

जानीयात्प्रेषणेभृत्यान् बान्धवानव्यसगनागमे।
मित्रं चापत्तिकालेषु भार्यां च विभवक्षये ॥ 227॥

Jaaneeyaatpreshanebhrityaan Baandhavaanvyasanaagame.
Mitram Chaapiattikaaleshu Bhaaryaam Cha Vibhavakshaye.

பிராமணர்களின் பலம் அவர்களது அறிவு, அரசனின் பலம், அவனது படை, வணிகர்களின் பலம் அவர்களது செல்வம், ஏழைகளின் பலம் அவர்களது உழைப்பு (மனு உருவாக்கிய நீதியை இங்கு சாணக்கியர் அழுத்தமாக கூறுகிறார்).

बाहुवीर्य बलं राजा ब्राह्मणो ब्रह्मवितद् बली।
रूपयौवनमाधुर्यं स्त्रीणां बलमुत्तमम ॥ 231 ॥

Baahveeryam Balam Raajaa Brahamano Bramhvitad Balee.
Roopyauvanmaadhuryam Streenaam Balmuttamam.

பெரிய படைப்புள்ள அரசன் மிக சக்தி வாய்ந்தவன்; பிராமணர்களின் பலம் அவர்கள் பிரம்மத்தை (முக்தி) உணர்வது ; அழகு. இளமை, அலங்காரம் ஆகியவை பெண்களின் பலம் (நல்ல மனவலிமையும், திறமையும் கொண்ட மன்னன், தன்னம்பிக்கை உடையவனாக இருக்கிறான். அவன் கட்டுப்படுத்தும் அதிகாரம் யாருக்குமில்லை. ஒரு பிராமணனின் அறிவு, திறன் ஆகியவை அவன் பிரம்மத்தை உணர்வதன் மூலம் அறியலாம். அதற்கு அவன் மிகவும் சுய கட்டுப்பாட்டுடன், பயபக்தியுடன் கடவுளை வழிபடவேண்டும். ஒரு பெண்ணின் சத்தி அவளது அழகான உருவத்திலும், இளமையிலும், இனிமையிலும் அலங்காரத்திலும் இருக்கிறது.

ननात्यन्तं सलेन भाव्यं गत्वा पश्य वनस्थलीम्।
छिद्यन्ते सरलास्तत्र कुब्जास्तिष्ठन्ति पादपाः ॥ 232 ॥

Naatyantam Salen Bhaavyam Gatvaa Pashya Vanasthaleem.
Chiddyante Saralaastatra Kubjaastishthanti Paadapaah.

ஒருவன் எப்போதும் மிக எளிமையாக இருக்ககூடாது. காட்டில் நேராக வளர்ந்த மரங்கள் வெட்டப்படுகின்றன. ஆனால் வளைந்த மரங்கள் வெட்டப்படுவதில்லை (ஒரு மனிதன் மனதால் எளிமையாகவும், நேர்மையாகவும் இருக்கலாம், ஆனால் விவேகமற்றவனாக இருக்ககூடாது. அப்படி மிகவும் எளிமையாக இருந்தால் அவன் பிறரால் வஞ்சிக்கப்பட்டு அதனால் அவன் மிகவும் பாதிக்கப்படுவான். மரங்களை உதாரணம் காட்டி ஒருவன் தனது தாரள குணத்தால் எப்படி பிறரால் வஞ்சிக்ப்படுகிறான் என்பதை சாணக்கியர் விளக்குகிறார். நாம் மிகவும் கண்டிப்பாகவும், கடுமையான பேச்சும் கொண்டிருந்தால் காட்டில் வளைந்து நெளிந்த வளர்ந்த மரங்கள் போல நாமும் பிழைத்துக்கொள்ளலாம்.

अति रूपेण वै सीता चातिगर्वेण रावणः।
अतिदानाद् बलिर्बद्धो ह्यति सर्वत्र वर्जयेत् ॥ 233 ॥

Ati Roopen Vai Seetaa Chaatigarvena Raavanah.
Atidanaad Balirbaddho Hayati Sarvatra Varjayet.

மிகுதியான அழகால் சீதை கடத்தி செல்லப்பட்டாள், மிகுதியான ஆணவத்தால் இராவணன் வதம் செய்யப்பட்டான். மிகுதியான கொடை

குணத்தால் மஹாபலி வஞ்சிக்கப்பட்டார். எனவே எதுவுமே மிகுதியாக இருந்தால் கெடுதலை தரும் (முதல் இரண்டு உதாரணங்களும் அனைவருக்கும் தெரிந்தது. மஹாபலி என்பவர் அசுரர்களின் மன்னன். அவனை மஹாவிஷ்ணு வாமன அவதாரம் எடுத்து வஞ்சித்தார். நல்ல குணங்கள் கூட மிகுதியாக இருந்தால் அது கேடு விளைவிக்கும், மிகுதியாக இருக்கும் எதுவுமே நல்லதல்ல என்பது சாணக்கியரது கருத்து.

उद्योगो नास्ति दारिद्रयं जपतो नास्ति पातकम्।
मौनने कहो नास्ति जाग्रतस्य च न भयम ॥ 234 ॥

Udyogo Naasti Daridaryam Japato Naasti Patakam.
Maunane Kaho Naasti Jagratasya Cha Na Bhayam.

குறிக்கோளுடன் செய்யும் விடாமுயற்சி வறுமையை ஒழிக்கும். இறைவன் பெயரால் மந்திரங்கள் ஒதுவது நம் பாவங்களை ஒழிக்கும். அமைதி குழப்பங்களை தீர்க்கும் மற்றும் விழிப்புணர்வு பயத்தை போக்கும்.

उपसर्गेऽन्यचक्रे च दुर्भिक्षे च भयावहे।
असाधुजनसम्पर्के पलायति स जीवति ॥ 235 ॥

Upasargeannyachakre Cha Durbhikshe Cha Bhayaavahe.
Asaddhu Jansamparke Palaayati Sa jeevati.

ஒருவன் கலவரங்கள், மோதல்கள், கொடிய வறட்சி ஆகியவற்றிலிருந்து தப்பித்துக்கொண்டால் அவன் உயிர் பிழைக்கிறான் (இதன் பொருள், ஒருவன் கலவரங்கள், மோதல்கள், கொடிய வறட்சி ஆகிய அழிவை தரும் இடத்தில் வாழக்கூடாது என்பதுதான்).

तावद् भयेषु भेतव्यं यावद् भयमनागतम्।
आगतं तु भयं वीक्ष्य प्रहर्तव्यशंकया ॥ 236 ॥

Taavad Bhayeshu Bhetavyam Yaavad Bhayamanaagatam.
Aagatam Tu Bhayam Veekshaya Prahartavyamshankayaa.

ஒருவன் தனக்கு கடினமான நேரம் வரும் வரை அதனைக் கண்டு பயப்படவேண்டும். ஆனால் அப்படி வந்துவிட்டால் அதனை துணிந்து எதிர்கொள்ள வேண்டும் (இது மனிதனை இயற்கையான மனப்பாங்கு, துன்பம் வரும் வரை அதனை கண்டு நாம் பயப்படுவோம், ஆனால் அது வந்துவிட்டால் அதனை மன உறுதியுடன் அது மறையும் வரை எதிர்கொள்வதைத் தவிர நமக்கு வேறு வழியில்லை. இதே கருத்தை தான் சாணக்கியர் வலியுறுத்துகிறார்.

अनुलोमेन बलिनं प्रतिलोमेन दुर्जनम।
आत्मतुल्यबलं शत्रुं विनयेन बलेन वा ॥ 237 ॥

Anulomen Balinam Pratilomen Durjanam.
Aatmatulyambalam Shatrum Vinayen Balen Vaa.

வலிமையான எதிரியை அவனது தயவைப் பெற்று வெல்ல வேண்டும் (நம் திட்டதின் ஒரு பகுதியாக) தீய குணம் கொண்ட எதிரியிடம் நாம் மோதல்கள் விலகிச் செல்ல வேண்டும். சம பலம் கொண்ட எதிரியை சூழ்நிலைக்கு தக்கவாறு பணிந்து சென்றோ அல்லது எதிர்த்து நன்றோ வெல்ல வேண்டும் (வலிமையான எதிரியிடம் நாம் கேட்கும் போது அவன் நமது உண்மையான நோக்கம் தெரியாமல் குழப்பமடைவான். நாம் எதிரி கொடியவானக இருந்தால் அவன் எப்போது என்ன செய்வான் என்பது நமக்கு தெரியாது. அதனால் அவனை நாம் மறைந்திருந்து நமக்கு கிடைக்கும் சந்தரப்பத்தில் அவனை வீழ்த்த வேண்டும். சம பலம் கொண்ட எதிரியை மட்டும் நாம் சூழ்நிலைக்கு தக்நதவறோ பணிந்து சென்றோ அல்லது எதிர்த்து நின்றோ வெல்ல வேண்டும்.

वरं न राजा न कुराजराजा
वरं न मित्रं न कुमित्रमित्रम्।
वरं न शिष्यो न कुशिष्यशिष्यः
वरं न दारा न कुदारदाराः ॥ 238 ॥

Varam Na Raaja Na Kuraajaraajaa
Varam Na Mitram Na Kumitramitram.
Varam Na Shishyo Na Kushishyashishyah
Varam Na Daaraa Na Kudaaradaaraah.

கொடுங்கோல் ஆட்சி செய்யும் அரசன் இருப்பதை விட இல்லாமல் இருப்பதே மேல்; தீய நண்பன் இருப்பதை விட இல்லாமல் இருப்பதே மேல்; நேர்மையற்ற மனைவி இருப்பதை விட இல்லாமல் இருப்பதே மேல் (கொடுங்கோல் மன்னன், தீய நண்பன், மோசமான சீடன், நேர்மையற்ற மனைவி ஆகிவர்களை நாம் ஏற்றுகொள்ளக்கூடாது. அவர்கள் இருப்பதைவிட இல்லாமல் இருப்பதே நமக்கு மன அமைதியையும், ஆனந்த்ததையும் தரும்).

कुराजराज्येन कुतः प्रजासुखं
कुमित्रमित्रेण कुतोऽभिनिवृत्तिः।
कुदारदारैश्च कुतो गृहे रतिः
कुशिष्यमध्यापयतः कुतो यशः ॥ 239 ॥

Kuraajraajyen Kutah Prajaasukham
Kumitramitren Kutoabhinivrittih.
Kudaaradaaraishcha Kuto Grihe Ratih
Kushishyamadhyaaapayatah Kuto Yashah.

காடுங்கோல் ஆட்சி செய்யும் அரசன் ஆட்சி செய்யும் நாட்டில் மக்கள் எப்படி மகிழ்ச்சியுடன் இருக்க முடியும்? தீய நண்பனின் இருப்பில் நாம் எப்படி நாம் மகிழ்ச்சியுடன் இருக்க முடியும்? நேர்மையற்ற மனைவியுடன் ஒருவன் எவ்வாறு நல்ல வாழ்க்கை நடத்த முடியும்? மூடனாக உள்ள மாணவனுக்கு பாடம் கற்பித்து ஒருவன் என்ன சாதிக்க முடியும் (இந்த சுலோகம் முந்தைய சுலோகத்தின் நீட்சியாகும். இதில் சாணக்கியர் கொடுங்கோல் மன்னன், தீய நண்பன், மோசமான சீடன், நேர்மையற்ற மனைவி ஆகியவர்களால் உண்டாகும் நிலையை விளக்குகிறார்.

गृहीत्वा दक्षिणां विप्रास्त्यजन्ति यजमानकम्।
प्राप्तविद्या गुरुं शिष्या दग्धारण्यं मृगास्तथा ॥ 240 ॥

Griheetvaa Dakshinaam Vippraastyajanti Yajmanakam.
Praaptaviddyaa Gurum Shishyaah Dagdhaarannyam Mrigaastathaa.

பிராமணர்கள் அவர்கள் செய்த பூஜை அல்லது ஹோமத்திற்கான தட்சணையை பெற்றவுடன் அந்த வீட்டிலிருந்து புறப்படுகின்றனர். கல்வி கற்றவுடன் சீடன் குருவை விட்டு பிரிந்து செல்கிறான். காட்டில் தீ பரவும் போது மிருகங்கள் அங்கிருந்து வெளியேறுகின்றன (இது மிகவும் ஆழமான மற்றும் சோகத்தை தரும் கருத்து. நாம் அனைவரும் சுயநலத்துக்காகவும் ஒரு பொருளை அடைவதற்காகவும் ஒரு இடத்தில் இருக்கிறோம். பொருளைசை கொண்ட இந்த உலகத்தில் இதுதான் நீதி. பிராமணர்கள் அவர்கள் செய்த பூஜை அல்லது ஹோமத்திற்கான தட்சணையை பெற்றவுடன் அந்த வீட்டிலிருந்து புறப்படுகின்றனர். கல்வி கற்றவுடன் சீடன் குருவை விட்டு பிரிந்து செல்கிறான். காட்டில் தாராளமாக கிடைக்கும் உணவை உண்டு மகிழ்ச்சியாக வாழும் மிருகங்கள் அங்கு தீ பரவும் போது அங்கிருந்து வெளியேறுகின்றன. அடிப்படையில் இந்த உலகில் உள்ள அனைத்து உயிர்களும் சுயநலத்துடன் இருக்கிறது.

निर्धनं पुरुषं वेश्या प्रजा भग्नं नृपं त्यजेत्।
खगा: वीतफलं वृक्षं भुक्त्वा चाभ्यागतो गृहम् ॥ 241 ॥

Nirdhanam Purusham Veshyaa Prajaa Bhagnam Nripam Tyajet.
Khagaah Veetphalam Vriksham Bhuktvaa Chaabhyagato Griham.

ஒரு வேசி ஏழையை ஒதுக்குகிறாள். அதிகாரமில்லாத மன்னனை மக்கள் ஒதுக்குகின்றனர். அதே போல கனிகள் காய்காத மரத்தை பறவைகளும், உணவு உண்ட பின் பலமே மிகவும் நம்பகமான சக்தி அதனால் அதுவே சிறந்த சக்தியாகும். ஒருவனுக்கு கண்பார்வை இல்லையென்றால் ஒளி இருந்தும் பயனில்லை. எனவே கண்கள்தான் நமக்கு சிறந்த ஒளியைத் தருகின்றன. உணவு இல்லாமல் எந்த உயிரினமும் வாழமுடியாது. எனவே அதுதான் மிகவும் விரும்பப்படும் பொருள்.

दृष्टिपूतं न्यसेत् पादं वस्त्रपूतं जल पिवेत्।
शास्त्रपूतं वदेद् वाक्यं मन:पूतं समाचरेत् ॥ 242 ॥

Drishtipootam Nyaset Paadam Vastrapootam Jalam Pivet.
Shaastrapootam Vaded Vaakyam Manahpootam Samaacharet.

ஒருவன் தான் செல்லும் பாதையை நன்கு ஆராய்ந்துவிட்டு அதில் காலடி எடுத்து வைக்க வேண்டும். சுத்தமான துணியில் வடிகட்டிய பின்னரே தண்ணீரை அருந்த வேண்டும். சித்தாந்தங்களில் கூறப்பட்டுள்ள கருத்துகளை ஒத்து ஒருவனது பேச்சு இருக்க வேண்டும். அவனது மனசாட்சிப்படி நடந்துகொள்ள வேண்டும் (பழங்காலத்தில் கூறப்பட்டுள்ள இந்த கருத்துக்கள் இன்றும் நடைமுறை வாழ்க்கைக்கு தேவையாக உள்ளது).

स्वभावेन हि तुष्यन्ति देवाः सत्पुरुषा पिता।
ज्ञातयः स्नानपानाभ्यां वाक्यदानेन पण्डिताः ॥ 243 ॥

Svabhaaven Hi Tushyanti Devaah Satpurushah Pitaa.
Gyaatayaah Snaanpaanaabhyaam Vaakyadaanen Panditaah.

கடவுளும், உயர்ந்த மனிதர்களும் ஒருவனது நடத்தையால் மகிழ்ச்சியடைவர், உற்றார் உறவினர்கள் ஒன்றாக அமர்ந்து நல்ல உணவும் உண்பதை விரும்புவார்கள்; மேதைகள் இனிமையான பேச்சில் மகிழ்ச்சியடைவார்கள்.

अनभ्यासे विषं शास्त्रजीर्णे भोजनं विषम्।
दरिद्रस्य विषं गोष्ठी वृद्धस्य तरुणी विषम् ॥ 244॥

Anabhyaase Visham Shaastramjeerne Bhojanam Visham.
Daridasya Visham Goshthee Vriddhasya Tarunee Visham.

பயிற்சியில்லாத கல்வி விஷத்தைப் போன்றது. செரிக்காத உணவு விஷமாக மாறும்; தன் நிலையை வெளியே கூறுவது ஒரு ஏழைக்கு நஞ்சாக அமையும்; இளமையான மனைவி வயதான மனிதனுக்கு நஞ்சாக இருப்பாள் (சரியான முறையில் பயன்படுத்தாத கல்வி நஞ்சைப் போன்றதாகும். நல்ல செரிமானம் இல்லையென்றால் அமுதம் கூட விஷமாகும். ஏனெனில் நல்ல செரிமானத்திற்கு பின்பு தான் நமது உடல் தேவையான சத்தை எடுத்துக்கொள்கிறது. ஏழ்மை நிலையை வெளியே சொல்ல யாரும் விரும்புவதில்லை. அப்படி அதை வெளியே கூறினால் அது பலருக்கும் தெரிந்த நமக்கு கேவலம் என்ற விஷமாக மாறும். கடைசியாக ஒரு இளம் பெண் வயதான மனிதனுக்கு விஷமாக தெரிகிறாள். ஏனெனில் வயதான காலத்தில் ஒரு மனிதனுக்கு காம உணர்ச்சி குறைவதில்லை ஆனால் உடலளவில் அவனால் அந்தப் பெண்ணை திருப்தி செய்ய முடியவில்லை. அதனால் இளம் பெண்ணை மணம் புரிந்த வயதான மனிதன் தன் சக்தியை அதிகமாக செலவு செய்கிறான். அப்படி செய்யும் போது அவன் இறக்கக் கூடும். ஆகவே இளம் பெண் வயதான ஆணுக்கு விஷமாக மாறுகிறாள்).

निस्पृहो नाधिकारी स्यान्न कामी भण्डनप्रिया।
नो विदग्धः प्रियं ब्रूयात् स्पष्ट वक्ता न वंचकः ॥ 245 ॥

Nispriho Naadhikaaree Syaanna Kaamee Bhandanpriyaa.
No Vidagdhah Priyam Booyaat Spashta Vaktaa Na Vanchakah.

ஒரு துறவி யாரையும் அதிகாரம் செய்வதில்லை, சிற்றின்பத்தில் நாட்டம் இல்லாதவன் தன்னை அலங்கரித்து கொள்வதில்லை அறிஞர்கள் எப்போதும் இனிமையாகவும், நேர்முகமாகவும் பேசுவதில்லை; வெளிப்படையாக பேசும் மனிதன் கொடியவனாக இருக்க முடியாது (ஒரு துறவியானவர் இந்த உலக சுகங்களை முற்றிலும் துறந்தவர். அவருக்கு இந்த உலகத்தில் நடப்பதை பற்றி எதுவும் தெரிந்திருக்க வயாப்பில்லை. ஒரு ஆண் அல்லது பெண் தன்னை அலங்கரித்து கொள்வது எதிர் பாலினத்தை வசியம் செய்யத்தான். சிற்றின்பத்தில் நாட்டம் இல்லாதவனுக்கு அந்த தேவை

இருப்பதில்லை. அறிஞர்கள் தங்களது கல்வி அறிவால் உண்மையை மற்றவர்களைவிட தெளிவாக அறிந்து கொள்கின்றனர். உண்மை எப்போதும் கசப்பாக இருப்பதால் அவர்கள் பேசுவதில் இனிமை இருக்காது. கடைசியாக தனது உண்மையான எண்ணத்தை மறைக்க முடியாதவன் அவனது தீய நோக்கங்களையும் மறைக்க முடியாது. ஆனால் கொள்ளையடிப்பதற்கும், சொற்ப்புரட்டு செய்வதற்கும் ஒளிவு தேவை. அதனால் கொள்ளைக்காரன் வெளிப்படையாக இருக்க முடியாது.

नास्ति मेघसमं तोयं नास्ति चात्मसमं बलम्।
नास्ति चक्षुसमं तेजो नास्ति चान्नसमं प्रियम् ॥ 246 ॥

Naasti Meghasamam Toyam Naasti Chaatsamam Balam.
Naasti Chakshusaman Tejo Naasti Chaannsam Priyam.

மேகங்கள் சிறந்த நீராதாரம்; சுயவலிமைதான் சிறந்த சக்தி கண்கள்தான் சிறந்த ஒளி; உணவுதான் அனைவருக்கும் விரும்பும் பொருள் (மேகங்கள் நீரை மிகவும் தொலைவான தூரத்துக்கு கொண்டு செல்கின்றன. நமக்கு மிகவும் தேவையான காலத்தில் நீரை கொண்டுவருகின்றன. அவை துன்பமானா நேரத்தில் நமக்கு மிகவும் சுத்தமான நீரை கொடுக்கின்றன. சுய பலமே மிகவும் நம்பகமான சக்தி அதனால் அதுவே சிறந்த சக்தியாகும். ஒருவனுக்கு கண்பார்வை இல்லையென்றால் ஒளி இருந்தும் பயனில்லை. எனவே கண்கள்தான் நமக்கு சிறந்த ஒளியைத் தருகின்றன. உணவு இல்லாமல் எந்த உயிரினமும் வாழமுடியாது. எனவே அதுதான் மிகவும் விரும்பப்படும் பொருள்.

कस्य दोषः कुले नास्ति व्याधिना को न पीडितः।
व्यसनं केन न प्राप्तं कस्य सौख्यं निरन्तरम् ॥ 247 ॥

Kasya Doshah Kule Naasti Vyaadhinaa Ko Na Peeditah.
Vyasanam Ken Na Praaptam Kasya Saukhyam Nirantaram.

குறையில்லாத குடும்பம் எது? நோயற்ற மனிதன் யார்? துன்பப்படாதவர் யார்? எப்போதும் மகிழ்ச்சியாக இருப்பது யார்? இந்த கருத்துக்கள் எல்லாம் கசப்பான உண்மையை வெளிப்படுத்துகிறது. துன்பமும், சோகமும் உலகில் உள்ள மனிதர்கள் வாழ்க்கையில் ஓர் அங்கம் என்பதை விளக்குகிறது.

राजा राष्ट्रकृतं पापं राज्ञः पापं पुरोहितः।
भर्ता च स्त्रीकृतं पापं शिष्य पाप गुरुस्तथा ॥ 248 ॥

Raajaa Raashtrakritam Paapam Raagyah Paapam Purohitah.
Bhartaa Cha Streekritam Paapam Shishya Paap Gurustathaa.

நாட்டு மக்கள் செய்த பாவத்தின் பலனை அந்நாட்டின் அரசன் பெறுகிறான். அரசனின் தவறுகளின் பலனை அரச குரு அனுபவிக்கிறார், மனைவி செய்த பாவத்தின் பலனை கணவன் அனுபவிக்கிறான். சீடனின் பாவங்களை அவன் குரு அனுபவிக்கிறார் (அரசன் ஒரு நாட்டை ஆளுவதால் அவனது பிரஜை செய்த தவறுகளுக்கு அவன் பொறுப்பேற்று அதன் பலனை

அனுபவிக்க வேண்டும். அரசன், அரச குருவின் வழிகாட்டுதல்படி ஆட்சி நடத்துகிறான். அரசன் செய்த தவறுக்கு அரச குரு பழியேற்க்க வேண்டும். அதே போல மனைவியின் பாவத்தை கணவனும். சீடனின் பாவத்தை குருவும் அனுபவிக்க வேண்டும்.

यस्मिन् रुष्टे भयं नास्ति तुष्टे नैव धनागमः।
निग्रहोऽनुग्रहो नास्ति स रुष्टः किं करितष्यति ॥ 249 ॥

Yasmin Rushte Bhayam Naasti Tushte Naiv Dhanaagamah.
Nigrahoanugraho Naasti Sa Rushtah Kim Karishyati.

தனது கோபத்தால் பிறரை பயம் கொள்ள செய்ய முடியாத மனிதன், மகிழ்ச்சியாக இருக்கும் போது பிறருக்கு பணத்தை கொடுக்காத மனிதன், ஒருவனை தண்டிக்கவோ அல்லது மன்னிக்கவோ இயலாத மனிதன் இப்படிப்பட்ட மனிதனின் கோபத்தால் எந்த பலனுமில்லை (இந்த கருத்து கூறும் உண்மை யாதெனில் கையலாகாத மனிதனால் சமூகத்திற்கு எந்த பயனுமில்லை என்பதுதான்).

कवयः किं न पश्यन्ति किं न कुर्वन्ति योषितः।
मद्यपा किं न जल्पन्ति किं न खादन्ति वायसाः ॥ 250 ॥

Kavayah kim Na Pashyanti Kim Na Kurvanti Yoshitah.
Maddyapaa Kim Na Jalpanti Kim Na Khaadanti Vaayasaah.

கவிஞர்கள் பார்க்க முடியாதது எது? பெண்களால் செய்ய முடியாதது எது? குடிகாரர்கள் உளறாத சொற்கள் எது? காகம் உண்ணாத உணவு எது? கவிஞர்களால் எதையும் கற்பனை செய்ய முடியும், அவர்கள் கற்பனையில் எங்கு வேண்டுமென்றாலும் செல்லாம். அதனால் அவர்கள் பார்க்காத பொருள் எதுவுமில்லை. பெண்களால் எந்த விதமான கீழ்த்தரமான காரியங்களையும் செய்ய முடியும். அவர்களுக்கு எந்த தடையுமில்லை. ஒரு குடிகாரன் போதையில் தகாத வார்த்தைகளை கூறுவான். அவனை தடுப்பதற்கு யாரும் வருவதில்லை. காகங்கள் பாகுபாடின்றி எந்த உணவையும் உண்டுவிடும். மிகவும் அழுகிய நிலையில் இருக்கும் உணவைக்கூட அது விட்டுவைப்பதில்லை.

नैव पश्यति जन्मानधः कामान्धो नैव पश्यति।
मदोन्मत्ता न पश्यन्ति अर्थी दोषं न पश्यति ॥ 251 ॥

Naiv Pashyati Janmandhah Kaamaandho Naiv Pashyati.
Madonmatta Na Pashyati Arthee Dosham Na Pashyati.

பிறவிக்குருடனால் எதையும் பார்க்க முடியாது; காமத்தால் பார்வை மறைக்கப்பட்டவர் மற்றும் குடிபோதையில் பார்வை மறைக்கபட்டவர்கள் எதையும் கவனிப்பதில்லை. தேவையால் கண்கள் மறைக்கப்பட்ட ஒருவனால் தான் பெற்ற பொருளில் உள்ள குறை தெரிவதில்லை.

अशक्तस्तुभवेत्साधुर्ब्रह्मचारी च निर्धनः।
व्याधिष्ठो देवभक्तश्च वृद्धा नारी पतिव्रता ॥ 252 ॥

Ashaktastubhavetsaadhurbrahmachaari Cha Nirdhanah.
Vyaadhishtho Devabhaktasheha Vriddha Naari Pativrataa.

அதிகாரமற்ற மனிதன் காவி உடையை அணிகிறான். சகலத்தையும் இழந்தவன் மனத்துறவு கொள்கிறான். நோயற்ற மனிதன் கடவுளின் பக்தனாகிறாான்; வயதான பெண் மிகவும் பயபக்தியான மனைவியாக மாறுகிறாள் (இதன் பொருள் யாதெனில் அனைவரும் தங்களால் இயலாத நிலை வரும் போது வேறு வழியின்றி அதற்கு ஏற்றவாறு தங்களை மாற்றிக்கொள்கின்றனர்.

अलिरयं नलिनिदलमध्यम: कमलिनीमकरन्दमदालस:।
विधिवशात्प्रदेशमुपागत: कुरजपुष्परसं बहु मन्यते ॥ 253 ॥

Alirayam Nalinidalamadhyamah Kamalaneemakarandamadaalasah.
Vidhivashaatpradeshmupaagatah Kurajpushparasam Bahu Mannyate.

தாமரை மலரின் தேனைப் பருகி வாழ்ந்த தேனீக்கள் அதனை விட்டு வேறு இடம் செல்ல நேர்ந்தால் அங்கு உள்ள சாதாரண குறிஞ்சி மலரின் தேனை மிகவும் மகிழ்ச்சியுடன் பருகிறது (தாமரை மலர்களில் வாழும் போது தேனீக்கள் அந்த மலரின் தேனைக் கூட மிக சாதரனமாக எண்ணும். ஆனால் ஏதோ ஒரு காரணத்தால் அந்த தேனீக்கள் தாமரை மலரை விட்டு செல்ல நேர்ந்தால், அது சாதாரண குறிஞ்சி மலரின் தேனைக்கூட தனக்கு கிடைத்த பரிசாக எண்ணும். இதன் பொருள் யாதெனில் உயர்ந்த நிலையில் உள்ள ஒரு குடும்பத்தில் பிறந்த ஒருவன் கடுமையான நாட்களை சந்திக்க நேரிட்டால் அவன் தான் அனுபவித்த வசதிகளை எண்ணி தன்னை சமாதனம் செய்து கொண்டு தற்போதுள்ள கடுமையான நிலையை ஏற்றுக்கொள்கிறான். ஆதரவற்ற நிலையில் ஒருவன் சாதரணமாக இடத்தையும், சாதரணமாக பொருள்களையும் பெரிய பரிசாக நினைக்கிறான்.

निर्विषेणाऽपि सर्पेण कर्तव्या महती फणा।
विषमस्तु न वाप्यस्तु घाटाटोपो भयंकर: ॥ 254 ॥

Nirvishenaapi Sarpena Kartavyaa Mahatee Phanaa.
Vishamastu Na Vaapyastu Ghataatopo Bhayankarah.

விஷமற்ற பாம்பாக இருந்தால் கூட அது பெரிதாக படமெடுக்க வேண்டும். விஷமில்லாவிட்டாலும் மக்களை பயமுறுத்த அது பெரிதாக படமெடுக்க வேண்டும் (ஒரு பாம்மைக் கண்டால் அது விஷமுடையதா என்று நாம் அறிய முடியாது, ஆனால் அது தன் தலையை பெரிதாக விரித்து படம் எடுத்தால் அந்த செயல் மக்களை பயமுறுத்தும். சமூகத்தில் நாம் நிம்மதியாக வாழ நமது நடத்தையில் சிறதளவு பகட்டும், கண்டிப்பும் இருக்க வேண்டும். அது தேவையற்ற மனிதர்களை நம்மிடம் நெருங்கவிடாது.

त्यजेद्धर्म दयाहीनें विद्याहीनं गुरुं त्यजेत्।
त्यजेत्क्रोधमुखी भार्यां नि:स्नेहान्बान्धवांस्त्यजेत् ॥ 255 ॥

Tyajedharam Dayaaheenem Viddyaaheenam Gurum Tyajet.
Tyajettkrodhamukhi Bharyaam Nihshehaanbaandhavaansvajet.

கருணையை போதிக்க மதத்தை நாம் கைவிட வேண்டும்.
அறிவுத்திறம் இல்லாத குருவை கைவிட வேண்டும். எளிதில் கோபிக்கிற
மனைவியையும், பாசமற்ற உறவினர்களையும் நாம் கைவிட வேண்டும்
(கருணையை போதிக்காத மதம் ஒரு மதம் அல்ல; அறிவுத்திறம் இல்லாத
குருவால் சீடனுக்கு எந்த பயனுமில்லை; நன்னடத்தை இல்லாத
மனைவியாலும், பாசமற்ற உறவினர்களாலும் எந்த பயனுமில்லை. எனவே
அவர்களை நாம் விலக்குவது மிகவும் சிறந்தது).

नदीतीरे च ये वृक्षाः परगृहेषु कामिनी।
मन्त्रिहीनाश्च राजनः शीघ्रं नश्यन्त्यसंशयम् ॥ 256 ॥

Nadeeteere Cha Ye Vrikshaah Pargriheshu Kaaminee.
Mantreeheenaashcha Raajanah Sheeghram Nashyantyasanshayam.

ஆற்றங்கரையில் வளர்ந்த மரங்களும், மாற்றான் வீட்டில் இருக்கும்
பெண்ணும், அமைச்சர்கள் இல்லாத மன்னனும் விரைவில் அழிந்துவிடுவர்
(ஆற்றங்கரையில் வளர்ந்த மரங்கள் வெள்ளத்தால் அடித்துச்செல்லக்கூடிய
அபாயத்தில் எப்போதுமே உள்ளன. பொதுவாக் இறந்தவர்களின் உடலை
ஆற்றங்கரையில் தகனம் செய்வதால் அங்குள்ள மரங்கள் சிதைக்காக
வெட்டப்படுகின்றன. அதனால் ஆற்றங்கரையில் வளர்ந்த மரங்கள் நீண்ட
நாட்களுக்கு இருக்க முடிவதில்லை. பிற ஆணின் வீட்டில் தங்கும் பெண்ணால்
நீண்ட நாட்களுக்கு தன் தூய்மையையும், மனகட்டுப்பாட்டையும் காக்க முடியாது.
விரைவில் அவள் அந்த ஆணுக்கு கட்டுப்படவேண்டிய நிலை வரும்.
அமைச்சர்கள் இல்லாத அரசனுக்கு சரியான அறிவுரை வழங்க யாருமில்லாத
காரணத்தால் அவன் பெரிய தவறு செய்ய வாய்ப்புள்ளது அது அவனது
வீழ்ச்சிக்கு காரணமாகலாம்).

अनालोच्य व्ययं कर्ता चानाथः कलहप्रियः।
आर्तः स्त्रीसर्वक्षेत्रेषु नरः शीघ्रं विनश्यति ॥ 257 ॥

Anaalochya Vyayam Kartaa Chaanaathah Kalahapriyah.
Aartah Streesarvakshetreshu Narah Sheeghram vinashyati.

ஒரு மனிதன் ஊதாரியாகவும், தங்குமிடமற்றவனாகவும், சண்டை
குணம் உடையவனாகவும், பெண்ணாசை கொண்டவனாகவும்
இருப்பானேயானால் அவன் நிச்சயமாக விரைவில் அழிவை சந்திப்பான்
(அப்படிப்பட்ட மனிதன் வாழ்வில் முன்னேற எந்த வழியுமில்லை என்பது
தெளிவான கருத்து).

आलस्योपहता विद्या परहस्तं गतं धनम्।
अल्पबीजहतं क्षेत्रं हतं सैन्यमनायकम् ॥ 258 ॥

Aalasyopahataa Viddyaa Parahastam Gatam Dhanam.
Alpabeejahatam Kshetram Hatam Senyamanaayakam.

கடுமையான சோம்பேறித்தனம் நம் அறிவை அழிக்கும். அடுத்தவர்களின் கையில் சிக்கிய நம் பணம் விரைவில் அழிந்துவிடும். விவசாயம் செய்யாத வயல் அழிந்துவிடும்; தளபதி இல்லாத படை அழிந்துவிடும் (சோம்பேறி மற்றும் கவனக்குறைவான ஒரு மனிதனுக்கு கல்வி கற்க்கும் தகதியில்லை. பணம் யாரிடம் உள்ளதோ அது அவர்கள் கட்டுப்பாட்டில் இருக்கும். நம் பணம் பிறர் கட்டுப்பாட்டில் இருந்தால் அது நமக்கு உபயோகப்படாது. உழுகாத மண் செழிப்பை இழந்துவிடும். நாம் பலகாலம் நிலத்தில் விவசாயம் செய்யாமல் இருந்தால் அது தரிசாக மாறிவிடும். தளபதியின் வழிகாட்டுதல் இல்லாமல் ஒரு இராணுவம் போர்புரிய முடியாது.

दारिद्र्यनाशनं दानं शीलं दुर्गतिनाशनम्।
अज्ञानतानाशिनी प्रज्ञा भावना भयनाशिनी ॥ 259 ॥

Daariddrayahaashanam Daanam Sheelam Durgatinaashanam.
Agyaantaanaashinee Praygyaa Bhaavanaa Bhayanaashinee.

தர்மம் ஏழ்மையை ஒழிக்கும்; நன்னடத்தை வேதனையை ஒழிக்கும்; உண்மைதாங்கிய அறிவு அறியாமையை ஒழிக்கும்; மன உறுதி அச்சத்தை ஒழிக்கும் (வளங்கள் குறையும் போது ஏழ்மை வருகிறது. ஒருவன் தர்மங்கள் செய்வதால் அவனிடம் நிறைய பொருள்கள் இருப்பதாக அர்த்தம். நமக்கு மிகுதியாக பணம் அல்லது பொருள் இருக்கும்போதுதான் நாம் தான தர்மங்கள் செய்கிறோம். அப்படி தர்மங்கள் செய்யும் போது மக்கள் நம் மேல் நம்பிக்கை வைத்து நமது செயலைப் பாராட்டுகிறார்கள். நாம் வறுமையில் இருக்கும் போது நமக்கு உதவியளித்து நாம் ஏழ்மை நிலையிலிருந்து மீள வழி செய்கிறார்கள். ஒருவன் கடுமையான துன்பம் வந்த போதும் மன உறுதியுடன் இருந்து எச்சரிக்கையுடன் செயல்பட்டால் அந்த துன்பம் மறைந்துவிடுகிறது. மற்ற இரண்டு கருத்துக்களும் இந்த உண்மையைதான் கூறுகின்றன. உண்மையான அறிவைத்தேடி செல்லும் ஒருவனுக்கு அறியாமை இருக்காது. இறுதியாக பயம் என்பது ஒரு நிலையை பற்றியோ அல்லது ஒரு இடத்தைப் பற்றியோ நமது மனதில் உள்ள தவறான எண்ணத்தால் உருவாகின்றது. அடர்ந்த இருட்டில் ஒரு மரத்தை பார்த்தால் அது ஒரு பேய் என்ற தவறான எண்ணம் வரும், ஆனால் தைரியத்துடன் அதன் அருகில் சென்று பார்த்தால் அது வெறும் மரம் தான் என்பது தெரியும். பயம் என்பது நமக்கு தெரியாத ஒன்றை நினைத்து உருவாகும் நமது எண்ணத்தின் வெளிப்பாடேயாகும். இந்த நான்கு கருத்துக்களும் மனிதனின் மனோதத்தத்துவரீதியான செயல்பாட்டை விளக்குகின்றன.

हतं ज्ञानं क्रियाहीनं हतश्चाज्ञानतो नरः।
हतं निर्नायकं सैन्यं स्त्रियो नष्टा ह्यभर्तृका ॥ 260 ॥

Hatam Gyaanam Kriyaheenam Hatashchagyaanato Narah.
Hatam Nirnaayakam Sainyaam Striyo Nashta Hayabhatrikaa.

பயன்படுத்தாத அறிவு வீணாகிவிடும்; அறியாமை மனிதனை அழித்துவிடும்; தளபதியில்லாத இராணுவமும் அழிந்துவிடும்; கணவனின்

பாதுகாப்பு இல்லாத மனைவி அழிந்துவிடுவாள் (இந்தக் கருத்து முந்தைய கருத்தின் தொடர்சியாக உள்ளது. இதற்கு முன்பே விளக்கம் கூறப்பட்டுவிட்டது).

असन्तुष्टा द्विजा नष्टाः सन्तुष्टाश्च महीभृतः।
सलज्जा गणिका नष्टानिर्लज्जाश्च कुलांगनाः ॥ 261॥

Asantushtaa Dvijaa Nashtaah Santushtaashcha Maheebhritah.
Salajjaa Ganikaa Nashtaanirjalajjashecha Kulaanganaah.

திருப்தி அடையாத பிராமணனும், திருப்தி அடையும் அரசனும் அழிந்துவிடுவர். வெட்கப்படும் வேசியும், வெட்கமில்லாத குடும்பப் பெண்ணும் அழிந்துவிடுவர் (ஒரு பிராமணன் லௌகீக வாழ்க்கைக்கு ஆசைப்படகூடாது, அப்படி அவன் ஆசைப்பட்டால் அவன் ஞானம் அடையமுடியாது. ஆனால் ஒரு அரசன் அவனது பயணங்கள் மற்றும் வெற்றிகளில் திருப்தி அடைந்துவிட்டால் அவனது நாடு பிறரால் படையெடுப்புக்கு ஆளாகிவிடும். ஒரு வேசி வெட்கப்பட்டால் அவளால் தொழில் செய்ய முடியாது. இதற்கு எதிர்ப்பதமாக ஒரு குடும்ப பெண் வெட்கம், நாணம் ஆகிய குணங்களை கொண்டிருந்தால் அவளை பிறர் மதிப்பர். நாணமில்லாத குடும்பப் பெண்ணை யாரும் மதிப்பதில்லை.

निर्गुणस्य हतं रूपं दु:शीलस्य हतं कुलम्।
असिद्धस्य हता विद्या अभोगस्य हतं धनम् ॥ 262 ॥

Nirgunasya Hatam roopam Duhasheelasya Hatam Kulam.
Asiddhyasya Hataa Viddhyaa Abhogasya Hatam Dhanam.

ஒழுக்கம் இல்லாத அழகு. தீயவர்களின் வம்சம், தகுதியில்லாதவனுக்குள்ள அறிவு. அனுபவிக்காதவனிடம் உள்ள செல்வம் இவையாவும் அழிந்துவிடும் (ஒழுக்கமில்லாத அழகு உயிரற்ற உடல் போன்றது. அது போலியானது. விரைவில் அழிந்துவிடும். தகுதியில்லாதவர்களுக்கு உள்ள அறிவு மிகவும் ஆபத்தானது. அது அவர்களையே அழித்துவிடும். ஒரு குடும்பத்தில் ஒருவன் கறுப்பாடாக இருந்தால் அது அந்த குடும்பத்திற்கே கறையாக அமையும். அழுகிய ஆப்பிள் பழம் அந்த கூடையில் உள்ள மற்ற பழங்களை கெடுத்துவிடுவது போல ஒரு தீய மனிதன் மொத்த குடும்பத்தையும் அழித்துவிடுகிறான். செல்வம் அதை அனுபவிப்பதற்காகத்தான் அதனை அனுபவிக்காமல் பாதுகாத்து வைப்பவர்கள் கடைசியில் அதனை இழப்பார்கள்.

अन्नहीनो दहेद्राष्ट्रं मन्त्रहीनश्च ऋत्विजः।
यजमान दानहीनो नास्ति यज्ञसमो रिपुः॥ ॥ 263 ॥

Annaheeno Dahedraashtram Mantraheenasch Ritvijah.
Yajmaan Daanheeno Naasti Yagyasamo Ripuh.

உணவு, பஞ்சம் உள்ள நாட்டில் அரசன் அழிந்துவிடுவான், மந்திரங்கள் சரியாக கற்க்காமல் யாகம் செய்யும் பிராமணனும், விருந்தினராக வந்த பிராமணனுக்கு சரியான வெகுமானம் கொடுக்காத புரவலர்களும் அழிந்துவிடுவார்கள். அவர்களது செயல் மிகப்பெரிய துரோகத்துக்கு ஒப்பாகும்

(உணவு பஞ்சம் உள்ள நாட்டில் மக்களுக்கு அரசன் மேல் உள்ள நம்பிக்கை மறைந்து அதுவே அவனது அரசு கவிழ காரணமாக அமையும். நாட்டு மக்கள் உணவுப்பொருள் வழங்குவதே அரசனின் தலையாய கடமையாகும். சரியாக மந்திரங்களை கற்காத பிராமணனை யாகம் செய்ய அழைப்பது அவர்களது அறியாமையால் கேடு விளைவிக்கும். இதைவிட பெரிய குற்றம் சரியான வெகுமானம் இல்லாமல் ஒருவனது சேவையை பெற்றுக்கொள்வது, சரியான மந்திரங்கள் கற்காத பிராமணனாக இருந்தாலும் தெரியாமல் அவனை யாகத்திற்கு அழைத்துவிட்டால் அந்த புரவலன் பிராமணனுக்கு தகுந்த வெகுமானத்தை கொடுக்க வேண்டும். அப்படி கொடுக்காதவன் மிகவும் இழிவான மனிதனாவான். இவ்வாறான பிராமணர்கள், புரவலர்கள் மற்றும் அரசர்கள் அழிந்துவிடுவார்கள்.

परस्परस्य मार्मणि ये भाषन्ते नराधमाः।
ते एव विलयं यान्ति वल्मीकोदरसर्पवत् ॥ 264 ॥

Parasparasya Marmani Ye Bhaashante Naraadhamaah.
Te Evavilayam Yaanti Valmeekodar Sarpvat.

தனது இரகசியங்களை பகிர்ந்துகொள்பவர்கள் தன்னுடைய நஞ்சால் தானே அழிந்த பாம்பு போல அழிந்துவிடுவார்கள் (ஒருவருடைய இரகசியத்தை வெளியே கூறினால், அது நம்மை நம்பி தன் இரகசியத்தை நம்மிடம் கூறியவருக்கு அதிருப்தியை உண்டாக்கும், அது அவரை பாதுகாப்பற்ற நிலைக்கு ஆளாக்கி பிறரின் தாக்குதலுக்கு காரணமாக இருக்கம். இந்த நிலை ஒரு பொறி போல இருந்து தன்னுடைய வஷத்தால் தானே இறக்கும் பாம்பை போன்றதாகும்.

आत्मवर्ग परित्यज्ञ्य परवर्ग समाश्रयेत्।
स्वयमेव लयं याति यथा राज्यमधर्मतः ॥ 265 ॥

Aatmavargam Parityajjyay Parvargam Samaashrayet.
Svyamev Layam Yaati Yathaa Raajyamdharmatah.

தன்னுடைய இனத்தை விட்டுவிட்டு வேறு இனத்தவரின் உதவியை நாடுபவர்கள் ஒழுக்கமற்ற நாட்டைப்போல அழிந்துவிடுவர் (ஒருவன் தனது சொந்த மதத்தில் கூறப்பட்ட விதிமுறைகளை கடைபிடிக்க வேண்டும். அதை அவன் மாற்றுவானேயானால், அவன் தனக்கு தெரியாத வழியில் செல்வது போலாகும். இது அதர்மமான செயலாகும். புதிய வழியை பின்பற்றும் போது பெரிய தவறுகள் செய்ய வாய்ப்புள்ளது. அது அவன் அழிவுக்கு காரணமாக இருக்கம் சாணக்கியர் ஸ்ரீமத் பகவத்கீதையில் கூறப்பட்ட கருத்தை இங்கு மறுமொழிகிறார். ஒருவன் அவன் வாழும் முறையை மாற்றிக்கொள்ள கூடாது. இல்லையென்றால் அவன் அழிவை சந்திக்க நேரிடும்.

आप्तद्वेषाद् भवेन्मृत्युः परद्वेषात्त्सतु धनक्षयः।
राजद्वेषाद् भवेननाशे ब्रह्मद्वेषात्कुलक्षयः ॥ 266 ॥

Aaptdveshaad Bhavenmrityuh Pardveshaattsatu Dhanakshayah.
Raajdveshad Bhavennaashe Brahmadveshaatkulakshayah.

உயர்ந்த மனிதர்களிடமும், சாதுக்களிடமும் பகையை வளர்த்துக்கொள்பவன் அழிந்துவிடுவான்; பகைவன் கையில் சிக்கிய செல்வம் அழிந்துவிடும். அரசனுடன் பகை கொண்டால் அது நம்மை நாசம் செய்துவிடும். பிராமணனுடன் பகை கொண்டால் அது நம் வம்சத்தையே அழித்துவிடும்.

राज्ञेधर्मणि धर्मिष्ठा: पापे पापा: समे समा:।
राजानमनुवर्तन्ते यथा राजा तथा प्रजा: ॥ 267 ॥

Raagye Dharmani Dharmishthaah Paape Paapaah Same Samaah.
Rajanamanuvartante Yathaa Raajaa tathaa Prajaah.

ஒரு நாட்டு மக்கள் மன்னன் செய்வதை பின்பற்றுவர்; மன்னன் மதக்கோட்பாடுகளை பின்பற்றாதவனாக இருந்தால் மக்களும் அவ்வாறே இருப்பர். மன்னன் பாவியாக இருந்தால் மக்களும் பாவிகளாக இருப்பர். மன்னன் நல்வழியில் சென்றால் மக்களும் அவனை பின்பற்றி நல்வழியில் செல்வர். மன்னன் எவ்வழியோ மக்களும் அவ்வழியே (இதில் உள்ள கடைசி வரி மிகவும் பிரபலமான பழமொழியாகும். இன்றைய காலத்தில் அதை நாம் மக்கள் அரசியல் தலைவர்களை பின்பற்றுவர் என்று எடுத்துக்கொள்ளலாம்.

पुस्तकेषु च या विद्या परहस्तेषु च यद्धनम्।
उत्पन्नेषु च कार्येषु न सा विद्या न तद्धनम् ॥ 268 ॥

Pustakeshu Cha Yaa Viddyahaa Parhasteshu Cha Yaddhanam.
Uttpanneshu Cha Kaaryeshu Na Saa Viddyaa Na Taddhanam.

ஏட்டில் இருக்கும் அறிவு (அதை படிப்பவரின் மனதில் நிலைக்காத அறிவு), மற்றாளின் கையில் சிக்கிய பணம் இவற்றால் எந்த பயனுமில்லை. இதன் விளைவு தெளிவாக உள்ளது. அறிவு அதனை சரியான முறையில் பயன்படுத்தினால் வளரும். பணம் நமது கட்டுப்பாட்டில் இருந்தால்தான் அதற்கு பயன்.

प्रयवाक्यप्रदानेन सर्वे तुष्यन्ति मानवा:।
तस्मात् तदेव वक्तव्यं वचने का दरिद्रता ॥ 269 ॥

Priyavaakyapradaanen Sarve Tushyanti Maanavaah.
Tasmaat Tadev Vaktavyam Vachane Kaa Daridrataa.

இனிமையான சொற்கள் அனைவரையும் மகிழச்சிப் படுத்தும். எனவே அனைவரும் இனிமையாக பேச வேண்டும். மிகவும் இனிமையாக பேசினால் கூட நாம் தாழ்ந்துவிட மாட்டோம்.

कोहि भारत: समर्थानां किं दूरं व्यवसायिनाम्।
को विदेश सुविद्यानां को पर: प्रियवादिनाम् ॥ 270 ॥

Kohi Bhaaratah Samarthaanaam Kim Dooram Vyavsaayinaam.
Ko Videsh Suviddyaanaam Ko Parah Priyavaadinaam.

ஆற்றல் மிக்க ஒருவனுக்கு எதுவுமே கடினமில்லை. வணிகனுக்கு எந்த இடமும் தொலைவில்லை, அறிஞருக்கு எந்த நாடும் வேறு நாடல்ல, இனிமையாக பேசுபவனுக்கு யாருமே அந்நியர்கள் அல்ல (ஆற்றல் மிக்க ஒருவன் ஒரு பிரச்சனையை எப்படி தீர்க்க வேண்டும் என்பதை அறிவான், அதனால் அவனுக்கு எதுவுமே கடினமானதல்ல. ஒரு வணிகனுக்கு அவனுடைய் பொருளுக்கு நல்ல விலை கிடைக்கும் எந்த இடமும் தொலைவல்ல. படித்த அறிஞர்கள் அவர்களது திறமையால் வெளிநாடுகளில் சென்று குடியேறுவது எப்படி என்பதை அறிவார்கள். இனிமையாக பேசுபவனுக்கு யார் அந்நியனாக இருக்க முடியும்? இனிமையான சொற்கள் நமது தீராத பகைவனைக் கூட நண்பனாக மாற்றிவிடும்.

तावन्मौने नीयन्ते कोकिलश्चैव वासराः।
यावत्सर्व जनानन्ददायिनी वाङ् न प्रवर्तते ॥ 271॥

Taavanmaune Neeyante Kokilashchaiv Vaasaraah.
Yaavatsarva Janaanandadaayinee Vaang Na Pravartate.

குயில் தன்னால் இனிமையான குரலில் கூவும் திறன் வரும்வரை அமைதியாக இருக்கும். குயில் கூவும் சத்தம் அனைவரையும் மகிழ்விக்கும் (குயில்கள் வசந்தகாலத்தில் கூவுகின்றன மற்ற நேரங்களில் அது மவுனமாக இருக்கும். அதன் இனிமையான ஓசை கெட்பவர்களின் இதயத்தை ஆனந்தமடையச் செய்யும். சாண்கயர் கூறும் கருத்து யாதெனில் நமக்கு இனிமையாக பேசும் பண்பு வரும்வரை நாம் அமைதியாக இருக்க வேண்டும்.

எதிலிருந்து எதை கற்பது

सिंहादेकं बकादेकं शिक्षेच्चत्वारि कुक्कुटात्।
वायसात्पंच शिक्षेच्च षट् शुनस्त्रीणि गर्दभात् ॥ 272 ॥

Sinhaadekam Bakaadekam Sikshechatvaari Kukkutaat.
Vaaysaatpanch Shikshech Shat Shunstreeni Gardabhaat.

சிங்கத்திடம் ஒரு பாடத்தையும், கொக்கிடம் ஒரு பாடத்தையும், சேவலிடமிருந்து நான்கு பாடத்தையும்,காகத்திடம் ஐந்து பாடத்தையும், நாயிடம் ஆறு பாடத்தையும், கழுதையிடம் ஏழு பாடத்தையும் நாம் கற்கலாம் (இதன் விளக்கம் பின்னால் கூறப்படும்)

य एतान् विंशतिगुणानाचरिष्यति मानवः।
कार्यावस्थासु सर्वासु अजय स भविष्यति ॥ 273 ॥

Ya Etaan Vinshaatigunaanaacharishyati Manavah.
Karyaavasthaasu Sarvaasu Ajayh sa Bhavishyati.

ஒருவன் தான் கற்ற பாடத்திலிருந்து ஒன்றையாவது தன் வாழ்க்கையில் கடைபிடித்தல் அவன் ஓர் வெற்றிகரமான மனிதனாவான்.

विनयं राजपुत्रेभ्यः पण्डितेभ्यः सुभाषितम्।
अनृतं धूतकारेभ्यः स्त्रीभ्यः शिक्षेत कैतवम् ॥ 274 ॥

Vinayam Rajputrebhyah Panditebhyah Subhashitam.
Anritam Dhyootakaarebhyah Streebhyah Shikshet Kaitavam.

நாம் இளவரசர்களிடம் வினயத்தையும், அறிஞர்களிடம் இனிமையான சொற்களையும், சூதாட்டக்காரனிடம் பொய் சொல்வதையும், ஏமாற்றுவதை பெண்களிடமும் கற்றுக்கொள்ளலாம் (அக்காலத்தில் இளவரசர்களுக்கு வினயமாக இருப்பது எப்படி, அவர்கள் பிறரிடம் எப்படி நடந்து கொள்ள வேண்டும் என்ற பாடத்தை கற்றுக் கொடுத்தனர். அதனால் வினயமாக இருப்பது எப்படி என்பதை நாம் அவர்களிடம் கற்றுக்கொள்ளலாம். படித்த அறிவாளிகளுக்க எந்த இடத்தில் எப்படி பேச வேண்டும் என்பது தெரிந்திருக்கும். அவர்களுக்கு மிகவும் கசப்பான விஷயத்தை கூட இனிய மொழியில் சொல்லக் கூடிய திறமை உண்டு. ஆகவே நல்ல உரையாடல் செய்வதற்கு நாம் அவர்களிடம் கற்றுக்கொள்ள வேண்டும். ஒரு சூதாட்டக்காரன் தன் தொழில்காரணமாக உண்மையைப் போலவே பொய் பேசுவான். அது அவன் தொழிலில் வெற்றியடைய தேவை. இந்த கலையை நாம் அவர்களிடம் கற்றுக்கொள்ளலாம். சாணக்கியர் கருத்துப்படி ஏமாற்றுவதில் பெண்கள் முன்னோடிகள். அவர்கள் திறமையால் ஒரு அறிவாளி கூட ஏமாந்துவிடுவான். அதனால் இந்த துறையில் சிறந்த ஆசிரியர்கள்).

சிங்கத்திடம் கற்கவேண்டியது

प्रभूतं कार्यमपि वा तत्परः प्रकर्तुमिच्छति।
सर्वारम्भेण तत्कार्य सिंहादेकं प्रचक्षते ॥ 275 ॥

Prabhootam Kaaryamapi Vaa Tatparah Prakartumichchati.
Sarvaarambhen Tatkaarya Singhaadekam Prachakshate.

சிறயதாக இருந்தாலும் பெரியதாக இருந்தாலும் நாம் ஒரு வேலையை நம் முழு திறமையையும், சக்தியையும் பயன்படுத்தி செய்ய வேண்டும். இந்த குணத்தை நாம் சிங்கத்திடமிருந்து கற்கலாம் (பொதுவான நம்பிக்கை யாதெனில் சிங்கம் அரைமனதாக எந்த வேலையையும் செய்யாது. முயலாக இருந்தாலும், யானையாக இருந்தாலும் அது தன் முழு பலத்தையும் பயன்படுத்தி அதை வேட்டையாடும். இந்த முறையில் நாம் செயல்பட்டால் நமக்கு பின்னடைவு ஏற்படும் என்ற பயமில்லாமல் நம் பகைவனை எதிர்கொள்ளலாம்).

கொக்கிடமிருந்து கற்க வேண்டியது

इन्द्रियाणि च संयम्य बकवत्पण्डितो नरः।
देशकाल बलं ज्ञात्वा सर्वकार्याणि साधयेत् ॥ 276 ॥

Indrayaani Cha Sanyamya Bakavatapandito Narah.
Deshkaal Balam Gyaantvaa Sarvakaaryaani Saadhayet.

நாம் கொக்கைப் போல் நமது புலன்களைக் கட்டுப்படுத்தி சரியான இடம் மற்றும் நேரம், சுயதிறன் ஆகியவற்றை கணக்கிட்டு ஒரு அறிவாளி செயலில் இறங்குவான். (கொக்கு தன் இறையை குறிவைக்கும் போது மற்ற அனைத்தையும் மறந்து தன் கவனத்தை தன் இறை மீது செலுத்தும். நம் வாழ்வில் நமது குறிக்கோள்களை நோக்கி கவனத்தை ஒருமுகப்படுத்தி, நிலமைக்கு தகுந்தவாறு செயல்பட்டால் நாம் வெற்றியடையலாம். தேவைப்படும் நேரத்தில் நம் மனதை ஒருமுனைப்படுத்தி திறமையுடன் செயல்பட வேண்டும்.

சேவலிடமிருந்து கற்கவேண்டியது

प्रत्युत्थानं च युद्धं च संविभागश्च बन्धुषु।
स्वयमाक्रभ्यं भेक्तं च शिच्चत्वारि कुक्कुटात् ॥ 277 ॥

Prattyuthaanam Cha Yuddham Cha Samvibhaagashcha Bandhushu.
Svayamaakrabhyam Bhektam Cha Shichchatvari Kukkutaat.

சேவல் நமக்கு நான்கு பாடங்களை கற்றுத்தருகிறது. நேரத்தில் எழுவேண்டும், தீவரமாக சண்டையிட வேண்டும், நமது உடன்பிறப்புகளை துரத்திவிட்டு அவர்களது பங்கையும் நாம் எடுத்துக்கொள்ள வேண்டும் (இந்த கருத்துக்கள் மிகவும் மோசமான கருத்துக்கள் தோன்றினாலும் இந்த பாடங்கள் சுயபாதுகாப்பை பற்றி கூறுகின்றன, இது அடிப்படை உணர்வாகும்).

காக்கையிடமிருந்து கற்கவேண்டியது

गुढ मैथुनकारित्वं काले काले च संग्रहम्।
अप्रत्त्वचनमविश्वासं पंच शिक्षेच्च वायसात् ॥ 278 ॥

Goodha Mainthunkaritvam Kale Kale Cha Sangraham.
Apprattvachanamvishvasam Panch Shiksheechcha Vaayasaat.

இரகசியமாக புணர்தல், பொருள்களை சேமித்து நமது ஆதாரத்தை பெருக்குவது, எப்போதும் விழிப்புணர்வுடன் யாரையும் நம்பாமல் இருப்பது, துன்பம் வரும் சமயத்தில் சத்தம் செய்து கூட்டத்தை கூட்டுதல் – ஆகிய ஐந்து குணங்களை நாம் காகத்திடமிருந்து கற்க வேண்டும் (இது மீண்டும் சுய பாதுகாப்பை பற்றி கூறுகிறது. பறவைகளின் குணங்களை சாணக்கியர் கூர்ந்து கவனித்துள்ளார் என்பதை எண்ணி நாம் வியக்கிறோம்).

நாயிடமிருந்து கற்கவேண்டியது

बह्वशी स्वलपसन्तुष्टः सुनिद्रो लघुचेतनः।
स्वामिभक्तिश्च शूरश्च षडेते श्वानतो गुणाः ॥ 279 ॥

Baahavshee Svalpasantushtah Sunidro Laghuchetanah.
Swaamibhaktashcha Shoorashcha Shadete Shvaanato Gunaah.

பசியால் வாடும் நிலையில் கிடைத்ததை உண்டு திருப்தி அடைதல்; எப்போதும் விழிப்புணர்வாக இருத்தல்; நம்பிக்கை மற்றும் வீரம் ஆகிய ஆறு

பண்புகளை நாம் நாயிடம் கற்கலாம் நாயிடம் உள்ள தனித்தன்மை அது பசியால் வாடினாலும் கூட கிடைத்த சிறு உணவை உண்டு திருப்தி அடையும். அது நன்றாக உறங்கும் ஆனால் சிறு ஒலி கேட்டால் கூட அது விழித்துக் கொள்ளும். அது மிகவும் விசுவாசமான மிருகம் என்று நம்பப்படுகிறது. அது தன்னையும் தன் எஜமானனையும் காக்க மிகவும் வீரத்துடன் கொடூரமான எதிரியை கூட சந்திக்கும், அதன் வீரத்தை நாம் ஏதனுடனும் ஒப்பிடமுடியாது).

கழுதையிடமிருந்து கற்கவேண்டியது

सुश्रान्तोऽपि वहेद् भारं शीतोष्ण न पश्यति।
सन्तुष्टश्चरतो नित्यं त्रीणि शिक्षेच्च गर्दभात् ॥ 280 ॥

Sushraantoapi Vahed Bhaaram Sheetoshna Na Pashyati.
Santushtashcharato Nityam Treeni Shikshechacha Gardabhaat.

மிகவும் சோர்வான நிலையிலும் கடுமையான சுமையை சுமக்கும் தகுதி, வெய்யில் மற்றும் மழையால் பாதிக்கப்படாத தன்மை, எந்த நிலையிலும் திருப்தி அடைவது – இந்த மூன்று குணங்களை நாம் கழுதையிடம் கற்கலாம்.

யாரை எப்படி கட்டுப்படுத்துவது

लुब्धमर्थेन गृह्णीयात्सतब्धमंजलिकर्मणा।
मूर्खश्छन्दानुरोधेन यथार्थवादेन पण्डितम् ॥ 281 ॥

Lubhhdhamarthen Griheeveeyaatstabdhamanjalikarmanaa.
Moorkhashchandaanurodhen Yathaarthvaaden Panditam.

பணத்தைக் கொண்டு பேராசைக்காரனை கட்டுப்படுத்தலாம், ஆணவம் கொண்டவனை அடிபணிந்து கட்டுபடுத்தலாம், முட்டாளை நல்ல அறிவுரைகள் மூலம் கட்டுப்படுத்தலாம், படித்தவர்களை உண்மைபேசுவதன் மூலம் கட்டுப்படுத்தலாம் (முதல் இரண்டு கருத்துக்கள் தெளிவாக உள்ளன. ஒரு முட்டாளுக்கு எதுவும் தெரியாது. அவனுக்கு போதிப்பதன் மூலம் அவனால் தனது அறியாமையை உணர முடியும், பிறகு அவன் தனக்கு போதித்தவரிடம் நன்றியுடன் இருப்பான். அவரால் அவனை எளிதாக திருத்த முடியும். ஒரு புத்திசாலியை நாம் ஏமாற்ற முடியாது. அவனிடம் போலியான வார்த்தைகள் மற்றும் அரைகுறையான உண்மைகளை சொல்லி அவனை குழப்ப முடியாது. அவன் தனது புத்திக்கூர்மையால் அதை சுலபமாக கண்டுகொள்வான். அப்படிப்பட்டவர்களிடம் உண்மையை சொல்வது நன்று. அவர்கள் அறிவாளியாக இருப்பதால் தன் நிலையை அறிந்து நமக்கு வேண்டிய உதவியை செய்வார்கள். நாணயமான பேச்சின் மூலம் ஒரு பண்டிதரை அல்லது அறிவாளியை நாம் கட்டுப்படுத்தலாம்).

5. இதர கருத்துக்கள்(Miscellaneous)

स्कृज्जल्पन्ति राजानः सकृज्जल्पन्ति पण्डिताः।
सकृत्कन्याः प्रदीयन्ते त्रीण्येतानिक सकृत्सकृत् ॥ 282 ॥

Skrijjalpanti Raajanah Sakrijjalpanti Panditaah.
Sakritkannyaah Pradeeyante Treennyetaanik Sakritsakrit.

அரசன் ஒரு முறைதான் கட்டளையிடுவான், அறிஞர்கள் ஒரு முறைதான் சொல்வார்கள். பெண்ணுக்கு ஒரு முறைதான் சீர் கொடுக்கப்படும். இந்த மூன்று செயல்களும் ஒருமுறைதான் செய்யப்படும்(அரசன் தனது கட்டளையை மீண்டும் பிறப்பிப்பதில்லை, அவனது அதிகாரமான குரலை மற்றவர்கள் மிகவும் கவனமாக கேட்கவேண்டும். எனவே ஒரு முறை கட்டளையிட்டால் போதுமானது. அறிஞர்கள் தங்களது கருத்துக்கள், பார்வைகள் மற்றும் ஆலோசனைகள் ஒரு முறைதான் சொல்வார்கள். அவர்கள் அனைத்தையும் நன்கு ஆராய்ந்துதான் பேசுவார்கள். அவர்கள் மிக குறைவாக பேசுவதால் அந்தகருத்தை மறுபடி கூறுவதில்லை மற்றும் மாற்றிக் கூறுவதில்லை. பெண்னை மணம் செய்து கொடுக்கும்போது ஒரு முறைதான் சீர் செய்வது நம் வழக்கம். இந்த சம்பிரதாயம் இன்றும் பல இந்தியாவில் உள்ள குடும்பங்கள் கடைபிடிக்கப்படுகின்றன.

एकाकिना तपो द्वाभ्यां पठनं गायनं त्रिभिः।
चतुर्भिगमन क्षेत्रं पञ्चभिर्बहुभि रणम् ॥ 283 ॥

Ekaakinaa Tapo Dvaabhyaam Pathanam Gaayanam Tribhih.
Chaturbhigaman Kshetram Panchabhirbahubhi Ranam.

மந்திரங்கள் ஓதுவதற்க்கு ஒருவரும், படிப்பதற்கும் இருவரும், பாடுவதற்கும் மூவரும், நடைபயணம் செய்ய நால்வரும், வயலில் வேலை செய்ய ஐந்துக்கு மேற்பட்டவரும், போர்புரிய பலரும் தேவை (தனிமையில் இறைவழிபாடு செய்வது சிறந்தது. படிக்கும் போது நம்முடன் ஒருவன் இருந்தால் அவனது உதவி தேவைப்படும், நமது புத்தகங்களை பரிமாற்றிக்கொண்டும், பாடத்தைப்பற்றி ஆலோசனைகள் செய்து நாம் படிக்கலாம். இது நாம் பாடத்தை நன்றாக புரிந்துகொள்ள உதவியாக இருக்கும். பாடுவதற்கு மூன்று நபர்கள் தேவை. ஒருவர் பாடும் போது, தபேலாவில் தாளம் போட ஒருவர் மற்றும் தம்புராவில் ஸ்ருதி கூட்ட ஒருவர் காட்டு வழியில் நடைபயணம் செய்யும் போது நான்கு திசையிலும் ஆபத்து வராலம். அதனால் நான்கு திசையை கவனித்துக்கொள்ள நால்வர் தேவை. வயலில் வேலை செய்யும் போது, நீர் பாய்ச்ச ஒருவர், களைகளை நீக்க ஒருவர், காவலுக்கு ஒருவர், நிலத்தை உழு ஒருவர் மற்றும் விதை விதைக்க ஒருவர் என ஐந்து பேர் தேவை. ஒரு போர்புரிய ஆயிரக்கணக்கான வீரர்கள் தேவை).

जन्ममृत्युर्नियत्येको भुनक्त्येकः शुभाशुभम्।
नरकेषु पतत्येकः एको याति परां गतिम् ॥ 284 ॥

Janmamrityurniyatyeko Bhunaktyekah Shubhashubham.
Narakeshu Patatyekah Eko Yaati Paraam Gatim.

ஒருவன் இந்த உலகத்தில் தனியாகவே வருகிறான், உலகைவிட்டுச் செல்லும் போது தனியாகவே செல்கிறான். தனது பாவ புண்ணியங்களின் பலனை தனியாகவே அனுபவிக்கிறான். நரகத்தின் கொடுமையையோ அல்லது முக்தியையோ அவனே அடைகிறான் (மனிதர்கள் சமூகத்தை சார்ந்தவர்கள் என்று கூறப்படும்போது, வாழ்வின் முக்கியமான நிகழ்ச்சிகளின் போது அவன் தனியாகவே இருக்கிறான். இந்த சம்பவங்களை அவன் யாருடனும் பகிர்ந்துகொள்ள முடியாது. சாணக்கியர் இங்கு நமக்கு நினைவுப்படுத்துவது யாதெனில் இந்த உலக வாழ்க்கை நிலையானது அல்ல, எந்த உறவும் நிலையானதல்ல என்பதுதான்).

श्लोकेन वा तदर्द्धेन तदर्द्धाऽर्द्धाक्षरेण वा।
अवन्ध्यं दिवसं कुर्याद् दानाध्यनकर्मभि ॥ 285 ॥

Skloken Vaa Taddardhen Taddardhaaddardhaksharen Vaa.
Avanndhyam Divasam Kuryaad Danaadhyan Karmabhi.

ஒருவன் ஏதேனும் ஒரு சுலோகத்தை அல்லது அதன் ஒ[illegible]குதியை அல்லது அதன் வார்த்தையையாவது நாளில் ஒரு முறையேனும் சொல்ல வேண்டும். இந்த பழமொழி கூறுவது போல படிப்பையும், தர்மங்கள் செய்வதையும் ஒருவன் தினமும் கடைபிடிக்க வேண்டும் (ஒருவன் தன் பொழுதை நல்ல சித்தாந்தங்கள் படிப்பது மற்றும் பிற நல்ல பழமொழிகள் படிப்பது மூலம் கழிக்கவேண்டும். இதன் மூலம் அவனது புத்தி மற்றும் பகுத்தறிவு பெருகி அவன் மனம் வேறு விஷயங்களில் சிதறாமல இருக்கும். ஆகவே நமக்கு இருக்கும் ஓய்வு நேரத்தில் நல்ல புத்தகங்கள் படிப்பது நமக்கும், தர்மங்கள் செய்வது பிறருக்கும் பயன்தரும். இவ்வாறு நாம் ஒவ்வொரு நாளையும் உபயோகித்துக் கொள்ள வேண்டும்).

श्रुत्वा धर्मं विजानाति श्रुत्वा त्यजति दुर्मतिम्।
श्रुत्वा ज्ञानमवाप्नोति श्रुत्वा मोक्षमवाप्नुयात् ॥ 286 ॥

Shrutva Dharmam Vijaanaati Shrutva Tyajati Durmatim.
Shruttvaa Gyaanamvaapnoti Shrutvaa Mokshamavaapnyaat.

நல்ல சொற்களை கேட்பதன் மூலம் ஒருவன் உண்மையான தர்மங்களை அறிகிறான். நல்ல சொற்களை கேட்பதன் மூலம் ஒருவனுக்கு அறியாமை மற்றும் முட்டாள்த்தனம் விலகுகிறது. நல்ல சொற்களை கேட்பதன் மூலம் ஒருவன் ஞானம் பெற்று முக்தியடைகிறான் (ஒரு மனிதன் தனது குரு, வயதில் மூத்தவர்கள், மற்றும் உயர்ந்த மனிதர்களின் நல்ல கருத்துகளை கேட்பதன் மூலம் தர்மத்தை பற்றி அறிகிறான், தன் அறியாமை மற்றும் துர்புத்தியை விட்டுவிட்டு ஞானம் பெற்று முக்தியடைகிறான். சாணக்கியர் கருத்துப்படி நாம் இந்த விஷயங்களை உள்ளுணர்வு மூலம் அறிய முடியாது. அதை நாம் பிறரிடம்தான் கற்றுக்கொள்ள வேண்டும். அதனால் நல்ல சொற்பொழிவுகளை நாம் மிகவும் கவனத்துடன் கேட்கவேண்டும்.

भ्रमन्सम्पूज्यते राजा भ्रमन्सम्पूज्यते द्विजः।
भ्रमन्सम्पूज्यते योगी स्त्री भ्रमती विनश्यति ॥ 287 ॥

Bhramannsampoojyate Raajaa Bhramannsampoojyate Dvijah.
Bhramannsampoojyate Yogi Stree Bhramati Vinashyati.

நகர்வலம் வரும் அரசனையும், ஊர்விட்டு ஊர் செல்லும் பிராமணனையும், நாடோடியாக இருக்கும் யோகியையும் மக்கள் வழிபடுவர். ஆனால் வெளியில் திரியும் பெண்ணை இந்த சமூகம் மதிக்காது. அவள் வாழ்க்கை அழிந்துவிடும் (ஓர் திறமையான அரசன் எப்பொழுதும் நகர்வலம் சென்று தன் நாட்டு நடப்பை பற்றி தகவல் சேகரிப்பான். அது அவன் நல்ல நிர்வாகம் செய்ய உதவியாக இருக்கும். மக்களின் பிரச்சனைகளை தீர்ப்பதால் மக்கள் அவனை வணங்குவர். ஒரு பிராமணன் இறைவழிபாட்டில் தன் வாழ்க்கையை அர்ப்பணித்துவிட்டால் அவன் யாருடனும், எந்த இடத்துடனும் தன்னை இணைத்துக்கொள்ளக்கூடாது. அவனை பொறுத்தவரை இந்த உலகமே இறைவனின் வடிவம், நடைமுறையில் இதை நாம் புரிந்துகொள்ள வேண்டுமென்றால் ஒரு பிராமணன் தன் பயணங்கள் மூலம் தன் அறிவை வளர்த்துக் கொள்கிறான். அதனால் மக்கள் அவனை மதிக்கின்றனர் இதே கருத்து ஒரு யோகிக்கும் பொருந்தும். ஆனால் ஒரு பெண் தன் வீட்டை விட்டு வெளியேறி ஊர் விட்டு ஊர் சென்றால் அவள் தன்னை ஆபத்தில் சிக்கி வைத்துக்கொள்கிறாள். நமது சமூதாயத்தின் அமைப்பில் அது அவளுக்கு அவமரியாதையை தருகிறது அல்லது அவள் அழிய காரணமாக இருக்கிறது.

कालः पचति भूतानि कालः संहरते प्रजाः।
कालःसुप्तेशु जागर्ति कालो हि दुरतिक्रमः ॥ 288 ॥

Kaalah Pachati Bhootaani Kaalah Sanharte Prajaah.
Kaalah Supteshu Jaagarti Kaalo Hi Duratikramah.

காலம் உயிர்களை பறித்துவிடும். படைப்புகளை அழித்துவிடும். நாம் உறங்கும் சமயத்தில் காலம் விழித்திருக்கும். காலத்தின் ஓட்டத்தை யாரலும் தடுக்கமுடியாது (காலம் மிகவும் வலிமையானது, எப்போதும் இயங்கிகொண்டே இருக்கும். அதன் இரக்கமற்ற எண்ணிக்கை நாம் உறங்கும் போதும், உணர்வற்ற போதும் தொடர்ந்துகொண்டே இருக்கும். காலத்தின் ஓட்டத்தை யாராலும் தடுக்க முடியாது. காலத்தின் முன் நாம் அனைவரும் உதவியற்ற நிலையில் இருக்கிறோம்.

गन्धं सुवर्णे फलमिक्षुदण्डे
नाकारिपुष्पं खलु चन्दनस्य।
विद्वान धनीभूपतिदीर्घजीवी
धातुः पुरा कोऽपि न बुद्धिदोऽभूत ॥ 289 ॥

Gandham Suvarne Phalmikshudande
Naakaaripushpam Khalu Chandanasya.
Viddvaan Dhanee Bhoopatideerghajeevee
Dhaatuh Puraa Koipi Na Bhuddhidoabhoot.

தங்கத்துக்கு மணமில்லை, கரும்புக்கு பழங்களில்லை, சந்தனமரத்துக்கு பூக்களில்லை. ஓர் அறிஞரிடம் செல்வம் இருப்பதில்லை.

இந்த யோசனை ஏன் படைப்பளியான பிரம்மனுக்கு வழங்கப்படவில்லை? இந்த உலகில் பூரணமானது ஏதுமில்லை. சிறந்த உலோகமான தங்கம் அனைவரையும் மகிழ்ச்சி படுத்துகிறது ஆனால் அதற்கு மணமில்லை. கரும்பின் தண்டு மிக இனிப்பானது ஆனால் அதற்கு பழங்கள் இல்லை. சாணக்கியர் கூறுவது யாதெனில் படைபாளியான பிரம்மனுக்கு இந்த அறிவுரை வழங்கப்பட்டிருந்தால் அவர் இந்த சிறு பிழைகளை சரி செய்து தன் படைப்பை பூரணமாக்கி இருப்பார். இதன் உண்மையான பொருள் இந்த உலகத்தில் எதுவுமே பூரணமாக இல்லை என்பது தான்.

पिता रत्नाकरो यस्य लक्ष्मीर्यस्य सहोदरी।
शंखो भिक्षाटनं कुर्यान्न दत्तमुपतिष्ठिति ॥ 290 ॥

Pitaa Ratnaakaro Yasya Laxameeryasya Sahodari.
Shankho Bhikshaatanam Kuryaann Dattamupatishthiti.

சங்கு கடலில் உருவாகிறது. அதனால் கடல் அதன் தந்தை. அதே கடலில்தான் விலைமதிப்பற்ற இரத்தினங்கள் உருவாகின்றன. இலஷ்மி தேவியின் பிறப்பிடமும் கடல்தான், ஆனால் சங்கு பிச்சை எடுப்பதற்க்காக பயன்படுத்தப்படுகிறது. இதைவிட முரணான விஷயம் வேறு எது? (சங்குகள் கடலில் உருவாகிறது. ஹிந்துக்களின் நம்பிக்கைப்படி லஷ்மி தேவியும் கடலில்தான் பிறந்தாள். இந்த வகையில் அவள் சங்கிற்க்கு சகோதரியாகிறாள். கடல் அதன் தந்தையாகிறது. கடலில்தான் விலைமதிப்பில்லாத இரத்தினங்கள் உருவாகின்றன. சங்கு வினோதமான ஒலி எழுப்புவதை தவிற அதற்கு வேறு எந்த விதத்திலும் மதிப்பில்லை. இந்த கதை மூலம் சாணக்கியர் ஒரு முரண்பாடான விஷயத்தை கூறுகிறார். மிகவும் செல்வ செழிப்பு கொண்ட சொந்தங்கள் இருந்த போதும் சங்கு பிச்சை எடுத்துதான் பிழைக்கவேண்டியுள்ளது.

सर्वौषधीनाममृतं प्रधानं।
सर्वेषु सौख्येष्वशनं प्रधानम्।
सर्वेन्द्रियाणां नयनं प्रधानं
सर्वेषु गात्रेषु शिर: प्रधानम् ॥ 291 ॥

Sarvausheedheenaamamritam Pradhaanam
Sarveshu Saukhyaeshvashanam Pradhaanam.
Sarveindriyaanaam Nayanam Pradhaanam
Sarveshu Gaatresu Shirah Pradhaanam.

மூலிகை மருந்துகளில் சிறந்தது அமிரித் (கிலோரி மற்றும் பல வகை பயன் அளிக்க கூடிய மூலிகைகளை கொண்டது). ஒன்றாக அமர்ந்து உணவு உண்பதே மகிழ்ச்சிகளில் சிறந்தது. நமது புலங்களில் பார்வைதான் (கண்கள்) சிறந்தது. உடல் உறுப்புகள் சிறந்தது தலை.

समाने शोभते प्रती राज्ञि सेवाच शोभते।
वाणिज्य व्यवहारेषु स्त्री दिव्या शोभते गृहे ॥ 292 ॥

Samaane Shobhate Pratee Raagyi Sevaacha Shobhate.
Vaanijyam Vyavhaareshu Streedivyaa Shobhate Grihe.

சமமானவர்களின் நட்பும், அரசனுக்கு செய்யும் சேவையும் சிறந்தது. வைஷ்யனுக்கு (வணிகன்) வியாபாரம் செய்வதும். நல்ல பெண்ணுக்கு குடும்பத்தில் இருப்பதும் சிறந்தது (அதாவது ஒரு நல்ல பெண் இருந்தால் வீடு மிகவும் களையாக இருக்கும்).

गुणे भूषयते रूपं शीलं भूषयते कुलम्।
सिद्धिर्भूषयते विद्यां भोगो भूषयते धनम् ॥ 293॥

Gune Bhooshayate Roopam Sheelam Bhooshayate Kulam.
Siddhirbhooshayate Viddyaam Bhogo Bhooshayate Dhanam.

நற்குணங்கள் நமது அழகை கூட்டுகின்றன. நல்லொழுக்கம் குடும்பத்தின் புகழை கூட்டுகிறது. பூரணமான கல்வி அறிவை கூட்டுகிறது. மகிழ்ச்சியுடன் அனுபவித்து செல்வத்தின் பயனை கூட்டுகிறது.

कोकिलानां स्वरो रूपं नारी रूपं पतिव्रतम।
विद्या रूपं कुरूपाणां क्षमा रूपं तपस्विनाम् ॥ 294 ॥

Kokilaanaam Svaro Roopam Naaree Roopam Pativratam.
Viddyaa Roopam Kurupaanaam Kshamaa Roopam Tapasvinaam.

குயிலின் அழகு அதின் குரல்; பெண்ணின் அழகு அவள் நேர்மையான மனைவியாக இருப்பது. அழகற்றவர்களின் அழகு அவர்கள் கல்வியறிவில் உள்ளது. துறவிகளின் அழகு அவர்களின் மன்னிக்கும் குணத்தில் உள்ளது.

अध्वा जरं मनुष्याणां वाजिनां बन्धनं जरा।
अमैथुनं जरा स्त्रीणां वस्त्राणामातपं जरा ॥ 295 ॥

Adhva Jaram Manushyaanaam Vaajinaam Bandhanam Jaraa.
Amaithunam Jaraa Streenaam Vastraanaamaatapam Jaraa.

பிரயாணம் ஒரு மனிதனை வயதானவனாக்குகிறது. ஒரே இடத்தில் நிற்பது குதிரையை வயதானதாக்குகிறது. திருமணமாகத பெண் வயதானவளாகிறாள். வெய்யிலில் காயப்போட்ட துணி விரைவில் நிறமிழந்து போகிறது.

मूर्खाणां पण्डिता द्वेष्या अधानानां महाधन।
वारांगना कुलीनानां सुभगानां च दुर्भगा ॥ 296 ॥

Moorkhaanaam Panditaa Dveshyaa Adhaanaanaam Mahaadhana.
Vaaraanganaa Kuleenaanaam Subhagaanaam Cha Durbhagaa.

முட்டாள்கள் அறிஞர்களுக்கு கோபமூட்டுவார்கள்; ஒரு போண்டி பணக்காரனுக்கு கோபமூட்டுவான் ; நல்ல குடும்ப பெண்ணுக்கு வேசி கோபமூட்டுவாள்; விதவைகள் சுமங்கலிப் பெண்களுக்கு கோபமூட்டுவாள்.

आचारः कुलमाख्याति देशमाख्याति भाषणम।
सम्भ्रमः स्नेहमाख्यति वपुराख्याति भोजनम ॥ 297 ॥

Aachaarah Kulamaakhyati Deshamaakhyaati Bhaashanam.
Sambhramah Snehamaakhayati Vapuraakhyaati Bhojanam.

ஒருவனது நடத்தை அவன் குடும்பத்தின் பெருமை காட்டிக்கொடுக்கும். ஒருவன் மொழி அவன் தேசத்தை காட்டிக்கொடுக்கும். ஒருவனது விருந்தோம்பல் அவன் அன்பை காட்டிக்கொடுக்கும். ஒருவனது உடல்கட்டு அவன் உணவு பழங்களை காட்டிக்கொடுக்கும்.

अभ्यासाद्धार्यते विद्या कुलं शीलेन धार्यते।
गुणेन ज्ञायते त्वार्य कोपो नेत्रेण गम्यते ॥ 298 ॥

Abhyaasaaddhaaryate Viddyaa Kulam Sheelen Dhaaryate.
Gunen Gyaanyate Tvaarya Kopo Netren Gamyate.

பயிற்சி ஒருவனது படிப்பை வெளிப்படுத்தும், ஒருவன் நடந்துகொள்ளும் விதம் அவன் வந்த வம்சத்தை வெளிப்படுத்தும். நல்லொழுக்கம் ஒருவன் பண்புகளை வெளிப்படுத்தும், கண்கள் ஒருவனது கோபத்தை வெளிப்படுத்தும்.

विद्यार्थी सेवकः पान्थः क्षुधार्तो भयकातरः।
भाण्डारी च प्रतिहारी सप्तसुप्तानप्रबोधयेत ॥ 299 ॥

Viddhyaarthee Sevakah Paanthah Khsudhartho Bhayakaatarah.
Bhandaaree Cha Pratihaaree Saptasuptaan Prabodhayet.

கீழ்க்கூறிய ஏழுபேரை நாம் தூக்கத்திலிருந்து எழுப்ப வேண்டும், மாணவன், பணியாள், பயணி, பசியால் வாடுபவன், பயத்தில் இருப்பவன், கடையை கவனித்துக் கொள்ளும் பொறுப்பிலுள்ள மற்றும் காவல்காரன் (இந்த ஏழுபேரையும் நாம் நல்ல தூக்கத்திலிருந்து எழுப்பினால் கூட தவறில்லை ஏனெனில் அது அவர்கள் நன்மைக்காகத்தான்).

अहिं नृपं च शार्दूलं वराटं बालकं तथा।
परश्वानं च मूर्ख च सप्तसुप्तान्न बोधयेत् ॥ 300 ॥

Ahim nripam Cha Shaardoolam Varaatam Baalakam Tathaa.
Parshvaanam Cha Moorkha Cha Saptasuptaann Bodhayet.

கீழ்க்கூறிவற்றை நாம் எழுப்பக்கூடாது; பாம்பு, அரசன், குளவி, குழந்தை, பிறரின் நாய் ஒரு முட்டாள். அவர்கள் உறக்கத்தில் இருப்பதே நல்லது (அவர்களை எழுப்பினால் அது ஆபத்தானதாகவும் தொந்தரவாகவும் அமையும்).

इक्षुदण्डास्तिलाक्तः शूद्रा कान्ताकाञ्चनमेदिनी।
चंदनं दधि ताम्बूलं मद्रनं गुणवर्धनम ॥ 301॥

Ikshudandaastilaaru Shoodraa Kaantaakaachchanmedinee.
Chandanam Dadhi Taamboolam Madranam Gunavardhanam.

கரும்பு, எள், கீழ்சாதியை சேர்ந்த பணியாள், மனைவி, தங்கம், பூமி, சந்தன மரம், தயிர், வெற்றிலை இவற்றை அதிகமாக உரசினால் அதன் குணங்கள் மேலும் மேம்படும் (உரசுதல் என்பதற்கு இங்கு தரவரிசை படுத்துவதல், நொறுக்குதல், அதிகமாக வேலை வாங்குதல், தட்டி நீட்டுதல், முதலிய அர்தங்களை நாம் பொருளுக்குத் தகுந்தவாறு எடுத்துக் கொள்ளலாம்.

दरिद्रता धीरतया विराजते
कुवस्त्रता स्च्छतया विराजते।
कदन्नता चोष्णतया विराजते
कुरुपता शीतलया विराजते ॥ 302 ॥

Daridrataa Dheertayaa Viraajate
Kuvastrataa Svachatayaa Viraajate.
Kadannataa Choshnatayaa Viraajate
Kurooptaa Sheetalayaa Viraajate.

பொறுமை நம் வறுமையைக் கூட போக்கிவிடும். சுத்தமாக துவைத்த துணி பளபளப்பாக இருக்கும். சூடான உணவு சுவையாக இருக்கும்; நல்ல குணங்கள்; நல்ல நடத்தையும் விகாரமான தோற்றத்தை மறைத்துவிடும்.

वृथा वृष्टि समुद्रेषु वृथा तृप्तेषु भोजनम।
वृथा दानं धनाढयेषु वृथा दीपो दिवापि च ॥ 303 ॥

Vrithaa Vrishti Samudreshu Vrithaa Tripteshu Bhojanam.
Vrithaa Daanam Dhanaadhyeshu Vrithaa Deepo Divaapi Cha.

கடலில் பெய்யும் மழை வீணாவது போல பசியில்லாதவனுக்கு அளிக்கும் உணவு, செல்வந்தனுக்கு செய்யும் தர்மம், பகலில் எரியும் விளக்கு ஆகியவை வீண்.

भस्मनाशुद्धयेत कास्यं ताम्रमम्लेन शुद्धयति।
राजसा शुद्धयेत नारी नदी वेगेन शुद्धयति ॥ 304 ॥

Bhasmanaasuddhyet Kaasayam Taamramammlen Shudhyati.
Raajasaa Suddhyet Naaree Nadee Vegen Suddhyati.

வெங்கலம் சாம்பல் மூலம் சுத்தமாகிறது. செம்பு அமிலம் மூலம் சுத்தமாகிறது. பெண் மாதவிடாய் மூலம் சுத்தமாகிறாள். வேகமாக தண்ணீர் ஓடினால் ஆறு சுத்தமாகிறது.

शुद्धं भूमिगतं तोयं शुद्धा नारी पतिव्रता।
शुचि क्षेमकरो राजा सन्तोषी ब्राह्मण शुचिः ॥ 305 ॥

Shuddham Bhoomigatam Toyam Shuddhaa Naaree Pativrataa.
Shuchi Schemakaro Raajaa Santoshee Brahamana Shuchih.

நிலத்தடி நீர், நம்பகமான மனைவி, மக்களின் நலனில் அக்கறை கொண்ட அரசன் மற்றும் பிராமணர்கள் ஆகியோர் எப்போதும் சுத்தமானவர்கள்.

वाचा च मनसः शौचमिन्द्रियनिग्रहः।
सूर्वभूतदया शोचमेतच्छौचं परमार्थिनाम ॥ 306 ॥

Vaacha Cha Manasah Shauchmindriyanigrah.
Sarvabhootadayaa Shauchmetachaucham Parmaarthinaam.

ஒருவனது உண்மையான பக்தி யாதெனில் தனது எண்ணங்களையும், பேச்சையும் களங்கமில்லாமல் வைத்துக் கொள்ளவது. அனைத்து உயிர்களிடமும் கருணை காட்டுவது மற்றும் பிறருக்கு நன்மை செய்வது.

अन्तर्गतमलो दुष्टस्तीर्यस्नानशतैरपि।
न शूद्ध यति तथा भाण्डं सुरया दहितं च तत् ॥ 307 ॥

Antargatmalo Dushtasteeryasnaanashatairapi.
Na Shudh Yati Tatha Bhaandam Suryaa Daahitam Cha Tat.

மது இருந்த பானையை நாம் நெருப்பில் சுட்டால் அது சுத்தமாகாது. அதே பொல தீய எண்ணங்கள் கொண்டவனின் மனம் எத்தனை முறை புனித நீரால் கழுவினாலும் சுத்தமாகாது

एकोदरसमुभ्दूता एक नक्षत्र जातका।
न भवन्ति समा शीले यथा बदरिकण्टकाः ॥ 308 ॥

Ekodarasamubhdootaa Ek Nakshatra Jaatakaa.
Na Bhavanti Samaa Sheele Yathaa Badarikantakaah.

ஒரே கருவில், ஒரே இராசியல் பிறந்தாலும் இரண்டு பேர் ஒரே குணங்களையும், நடத்தையையும் கொண்டிருக்க மாட்டார்கள். உதரணமாக பிளம் மரத்தில் பழங்களும், முட்களும் போல (பிளம் மரத்தில் ஒரே கிளையில் பழங்களும் இருக்கும், முட்களும் இருக்கும். இவை இரண்டும் ஒரே கிளையில் முளைத்தாலும் அதன் குணங்கள் வேறு.

दीपो भक्षयते ध्वान्तं कज्जलं च प्रसूयते।
यदन्नं भक्षयते नित्यं जायते तादृशी प्रजा ॥ 309 ॥

Deepo Bhakshayate Dvaantam Kajjalam Cha Prasooyate.
Yadannam Bhakshayate Nityam Jaayte Taadrishee Prajaa.

இருட்டை போக்குவதற்கு கொளுத்தும் விளக்கு புகைக்கரியை உண்டாக்குகிறது. அதே போல ஒருவன் உண்ணும் உணவக்கு தகுந்தவாறு அவன் குணங்கள் உள்ளது (சாணக்கியர் இங்கு கூறும் கருத்து யாதெனில் ஒருவன் தன் மூதாதையரின் பாவ புண்ணியங்களுக்கு ஏற்றவாறு பலனை அனுபவிக்கிறான். அதற்கு ஏற்றவாறு அவன் பண்புகளும், நடத்தைகளும் அமைகிறது.

अन्नाद दशगुणं पिष्टं पिष्टाद् दशगुणं पयं।
पयसोऽष्ट गुणं मांसं मांसाद दशगुणं धृतम् ॥ 310 ॥

Annaad Dashgunam Pishtam Pishtaad Dashgunam Payam.
Payasoashtam Gunam Maansam Maansaad Dashgunam Ghritam.

தானியங்களை விட மாவு பத்து மடங்கு சக்தி தருகிறது. மாவை விட பால் பத்து மடங்கு சக்தி தருகிறது. பாலை விட மாமிசம் பத்து மடங்கு சக்தி தருகிறது. ஆனால் மாமிசத்தை விட நெய் பத்து மடங்கு சக்தி தருகிறது (சாணக்கியரின் கருத்துப்படி நெய் அதனை உண்பவனுக்கு அதிகபட்சமான சக்தியை தருகிறது).

इक्षुरापः पयोमूलं ताम्बूलं फलमौषधम।
भक्षयतित्वापि कर्तव्या स्नानादानादिकाः क्रियाः ॥ 311॥

Ikshuraapah Payaomoolam Taamboolam Phalamaushadham.
Bhakshayatitvaapi Kartavyaa Sanaandaanaadikaah Kriyaah.

ஒருவன் கரும்பு, நீர், பால், வேர்கள், வெற்றிலை, பழங்கள் மற்றும் மூலிகை மருந்துகளை உட்கொண்ட பின்பு கூட புனித நீராட்டுதல் மற்றும் பூஜைகளை செய்யலாம் (ஒருவன் பூஜை, யாகம் போன்ற புனிதமான செயல்களை மேலே கூறியவற்றை உட்கொண்டபின் கூட செய்யலாம். ஆனால் அவன் வேறு எதையும் உண்ணக்கூடாது.

अजीर्णे भेषजं वारिजर्णे तद् बलप्रदम्।
भोजने चामृतं वारि भोजनान्ते विषप्रदम् ॥ 312 ॥

Ajeerne Bheshajam Vaarijarne Tad Balpradam.
Bhojane Chamritam Vari Bhojanaante Vishpradam.

உணவு செரிக்காத போது நீர் மருந்தாக செயல்படுகிறது. உணவு செரித்த பின் தண்ணீர் குடித்தால் அது நமக்கு சக்தி தருகிறது. உணவு உண்ணும் போது தண்ணீர் குடித்தால் அது அமுதமாக இருக்கும். ஆனால் உணவு உண்டவுடன் நீர் பருகினால் அது விஷமாக மாறும்.

सन्तोषामृततृप्तानां यत्सुखं शान्तिरेव च।
न च तद्धनलुबधानमितश्चेतश्च धावताम् ॥ 313 ॥

Santoshaamritriptaanaam Yatsukham Shaantirev Cha.
Na Cha Taddhanlubdhaanamitshchetashcha Dhaavataam.

கிடைத்ததை கொண்டு திருப்தி அடையும் ஒருவனது இன்பத்தை, பணத்தை தேடி அலையும் ஒருவன் எப்போதும் அடைய முடியாது (சாணக்கியரின் கருத்து யாதெனில் ஒருவனுக்கு திருப்தி என்பது மனதில்தான் கிடைக்க வேண்டும். வெளியுலகில் உள்ள எந்த பொருளும் மனிதனுக்கு திருப்தி அளிக்காது. பணத்தின் பின் அலையும் ஒருவன் எப்போதும் திருப்தி அடைவதில்லை. மனதை கட்டுப்படுத்துபவன் எளிதில் திருப்தி அடைகிறான்.

तृणं ब्रह्मविद् स्वर्गं तृणं शूरस्य जीवनम्।
जिमाक्षस्य तृणं नारी निःस्पृहस्य तृणं जगत् ॥ 314 ॥

Trinam Brahamavid Svargam Trinam Soorasya Jeevanam.
Jimaakshasya Trinam Naaree Nihsprihasya Trinam Jagat.

கடவுளை அறிந்தவனுக்கு சொர்க்கமும், தீரான போர்வீரனுக்கு உயிரும், மனநிறைவுடைய ஒருவனுக்கு பெண்ணும், பற்றிலாதவனுக்கு இந்த உலகமும் வைக்கோலைப் போல மதிப்பற்ற பொருளாகும்.

जले तैलं खले गुह्यं पात्रे दानं मनागपि।
प्राज्ञे शास्त्रं स्वयं याति विस्तारे वस्तुशक्तितः ॥ 315 ॥

Jale Tailam Khale Guhyam Paatre Daanam Manaagapi.
Praagye Shaastram Svayam Yaati Vishtaare Vastushaktitah.

நீர் மேல் வீழ்ந்த எண்ணை துளியும், தீயவர்களிடம் கூறிய இரகசியமும், நல்லவர்களுக்கு செய்த உதவியும், அறிவாளிகளுக்கு கூறிய அறிவுரைகளும் வேகமாக பரவி வளரும்.

पुनर्वित्तं पुनर्मित्रं पुनर्भार्यां पुनर्महीं।
एतत्सर्वं पुनर्लभ्यं न शरीरं पुनः पुनः ॥ 316 ॥

Punarvittam Punarmitram Punarbhaaryaam Punarmahee.
Etattsarvam Punarlabhyam Na Shareeram Punah Punah.

இந்த பூமியில் ஒருவன் பணம், நண்பர்கள் ஆகியவற்றை பெற முடியும் ஆனால் அவன் இழந்த உடலை பெற முடியாது (ஒருவனால் இந்த உலகத்தில் எதை வேண்டுமானாலும் பெற முடியும் தன் உடலைத் தவிர. ஒருவன் இறந்துவிட்டால் அதே உடல் அவனுக்கு மறுபடி கிடைக்காது. இதன் அர்த்தம் இழந்த வாழ்க்கை மறுபடி கிடைக்காது என்பதுதான்.

दुरस्थोऽपि न दूरस्थो यो यस्य मनसि स्थितः।
यो यस्य हृदये नास्ति समीपसथोऽपिदूरतः ॥ 317 ॥

Doorasthoapi Na Doorastho Yo Yasya Manasi Sthitah.
Yoyasya Hridaye Naasti Sameepasthoapidooratah.

ஒருவன் இதயத்தில் இடம் பிடித்த மற்றொருவன் வெகுதொலைவில் இருந்தாலும் மனதளவில் அவன் எப்போதும் கூடவே இருக்கிறான். ஒருவன் மனதில் இடம் பிடிக்காத ஒருவன் அருகிலேயே இருந்தாலும் அவன் மனதளவில் வெகுதொலைவில் இருக்கிறான் (நாம் அன்பு செலுத்தும் ஒருவன் எவ்வளவு தொலைவில் இருந்தாலும் அவனை நாம் மறப்பதில்லை அவன் நம் நெஞ்சத்தில் இருக்கிறான். நாம் வெறுக்கும் ஒருவன் நம் அருகிலேயே இருந்தாலும் நம் மனதில் அவனுக்கு இடமில்லாத காரணத்தால் அவன் தொலைவில் இருக்கிறான்).

पृथिव्यां त्रीणि रत्नानि अननमापः सुभोषितम्।
मूढैः पाषाणखण्डेषु रत्नसंज्ञां विधीयते॥ 318 ॥

Prithivyaam Treeni Ratnaani ananmaapah Subhoshitam.
Moodhai Paashaankhandeshu Ratnasangyaa Vidheeyate.

இந்த உலகில் உள்ள மூன்று இரத்தினங்கள் யாதெனில் உணவு, நீர் மற்றும் அன்பான சொற்கள், முட்டாள்கள்தான் கற்களை இரத்தினங்களாக மதிக்கின்றனர் (உணவு, நீர் மற்றும் அன்பான சொற்கள் இவை மூன்றும் இந்த உலகில் விலைமதிப்பில்லாத பொருட்கள். அவை நம் அடிப்படை தேவை மற்றும் நம் உணர்வுகளை பூர்த்தி செய்கின்றன).

संद्यः प्रज्ञां हरेत्तुण्डो सद्यः प्रज्ञा करो वचा।
सद्यः शक्तिहरा नारी सद्यः शक्तकरं पयः ॥ 319 ॥

Sanddyahpraggyaam Harettundo Saddyah Praggyaa Karo Vachaa.
Saddyah Shaktiharaa Naaree Saddyamah Shaktakaram Payah.

துண்டா (குண்டா ரூ) என்ற மூலிகை நம் அறிவை விரைவில் அழித்துவிடும், வச்சா என்ற மூலிகை நமது அறிவாற்றலை பெருக்கும். ஒரு பெண் ஆணின் சக்தியை விரைவில் குறைத்துவிடுவாள் ஆனால் பால் அதனை உடனடியாக மீண்டும் தருகிறது (ஆயுர்வேதத்தில் உள்ள நம்பிக்கைப்படி உடலுறவுக்குப் பின் சுடான பால் அருந்தினால் அது இழந்த சக்தியை உடனடியாக மீட்கிறது).

शाकेन रोगाः वर्धन्ते पयसा वर्धते तनुः।
धृतेनवर्धते वीर्य मांसान्मांसं प्रवर्धते ॥ 320 ॥

Shaaken Rogaah Vardhante Payasaa Vardhate Tanuh.
Ghriten Vardhate Veeryam Maansaanmaansam Pravardhate.

சோகம் நம் உடலநலத்தை பாதிக்கிறது. பால் நமது உடலுக்கு ஊட்டசத்தை தருகிறது. நெய் நமது உடலின் உயிரணுவை பெருக்குகிறது. மாமிசம் உன்பது நம் உடலில் கொழுப்பை உண்டாக்குகிறது.

एक वृक्षे समारूढा नानावर्णविहंगमाः।
प्रभाते दिक्षु गच्छतिन्त तंत्र का परित्रेदना ॥ 321 ॥

Ek Vrikshe Samaaroodhaa Naanaavarnavihangamaah.
Prabhaate Dikshu Gachatintan Tantra Ka Parivedanaa.

ஒரு மரத்திலிருக்கும் பல வண்ணங்களுடன் பறவைகள் காலைப்பொழுதில் பல திசைகளில் பறந்துவிடும். இதில் வருத்தப்பட என்ன இருக்கிறது? (இந்த உலகில் உள்ள அனைத்து உயிர்களும் ஒன்றை ஒன்று சந்தித்தபின் பிரிந்து செல்கின்றன. பிரிவு என்பது உலக நடைமுறையில் உள்ள வழக்கமான நிகழ்வு. அதனால் அதில் வருந்த வேண்டியது ஒன்றுமில்லை).

गीर्वाणवाणीषु विशिष्टबुद्धि।
स्तथाऽपिभाषान्तर लोलुपोऽहमृ॥
यथा सुरगणष्वमृते च सेविते
स्वर्गागनानामधरासवे रूचिः ॥ 322 ॥

Geervaanvaaaneeshu Vishishtabudhi.
Stathaapi Bhaashaantar Lolupoahamri.
Yathaa Surganeshvamrite Cha Sevite
Svargaaganaanaamdharaasave Ruchih.

கடவுள்களுக்கு அமுதே உணவாக இருப்பினும் அப்ரஸ் என்னும் தேவதைகளின் உதடுகளில் வடிவம் பழரசத்தை பருகு அவர்கள் ஏங்குவது போல நான் சமஸ்கிருத்தில் புலமை பெற்றவனாக இருந்தாலும் பிற மொழிகளை கற்க விரும்புகிறேன்.

अधः पश्यसि किं बाले पतितं तव किं भूवि।
रे रे मूर्ख न जानासि गतं तारूण्यमौक्तिकम ॥ 323 ॥

Adhah Pasyasi Kim Baale Patitam Tav Kim Bhuvi.
Re Re Moorkha Na Jaanasi Gatam Taarunnyamauktikam.

பெண்ணே! நீ குனிந்து நிலத்தில் என்ன தேடுகிறாய்? முட்டாள் உனக்கு தெரியாத நான் இளமை எனும் முகத்தை தொலைத்துவிட்டேன். ஒரு வய்தான பெண் குனிந்து நிலத்தில் ஏதையோ தேடிக்கொண்டிருந்தாள். ஒரு இளைஞன் அவளிடம் சென்று நீ குனிந்து நிலத்தில் என்ன தேடுகிறாய் என்று கேட்டான். அதற்கு அவள் முட்டாள் உனக்குத் தெரியாதா நான் இளமை எனும் முத்தை தொலைத்துவிட்டடேன் என்று பதிலளித்தாள்.

शैले शैले न मणिक्यं मौक्तिकं न गजे गजे।
साधवो नहीं सवत्र चन्दनं न हि वने वने ॥ 324 ॥

Shaile Shaile Manikyam Mauktikam Na Gaje Gaje.
Saadhavo Naheem Sarvatra Chandanam Na Hi Vane Vane.

எல்லா மலைகளிலும் இரத்தினங்கள் இருப்பதில்லை. எல்லா யானைகளின் நெற்றியிலும் மணிமுத்து இருப்பதில்லை. உயர்ந்த மனிதர்கள் எல்லா இடங்களிலும் இருப்பதில்லை. சந்தன மரங்கள் எல்லா காடுகளிலும் இருப்பதில்லை (பழங்கால நம்பிக்கைப்படி யானைகளின் நெற்றியில் உருவாகும் மணிமுத்து மிகவும் சிறந்ததாக கருதப்பட்டது.

मुखं धन्यं तदेवास्ति वदति मधुरं सदा।
क्लेशम हरति दीनानां वचनैः रसपूरितैः ॥ 325 ॥

Mukham Dhanyam Tadevaasti Vadati Madhuram Sadaa.
Klesham Harati Deenaanaam Vachanaih Rasapooritainh.

ஏழைகளின் துயரத்தை போக்கும் இனிமையான பேச்சும், அன்பு மற்றும் பாசத்தை பொழியும் வார்த்தைகளையும் கொண்ட மனிதனின் வாய் இறைவனால் ஆசிர்வதிக்கபட்டது (இதன் பொருள் இனிமையான பேச்சும், அன்பான சொற்களும் மிகவும் துன்பப்படும் ஒருவனுக்கு ஆறதல் தரும் என்பதுதான்).

नेत्रेते एवं धन्ये ये अन्धानां मार्गदर्शके।
रक्षतः कण्टकाकीर्णत मार्गातान विषमात्तथा ॥ 326 ॥

Netrete Evam Dhanye Ye Andhaanaam Maargadarshake.
Rakshatah Kantakaakeernat Maargaataan Vishmaattathaa.

கண் பார்வையற்றவர்களை வழி நடத்திச்சென்று, முட்கள் நிறைந்த பாதையில் அவர்கள் நடக்க உதவி செய்யும் மனிதனின் கண்கள் இறைவனால் ஆசிர்வதிக்கப்பட்டவை (இதன் பொருள், இருப்பவர்கள் இல்லாதவர்களுக்கு உதவ வேண்டும்).

हस्तौ धन्यो परेषां यौ आधातान् हरतः सदा।
आश्रयौ यौ जनानां स्तः पतितानामितभूतले ॥ 327 ॥

Hastau Dhannyo Pareshaan Yau Adhataan Haratah Sadaa
Aashrayou Yau Janaanaam Stah Patitaanaamitbhootale.

ஆதரவற்றவர்களுக்கு உதவி செய்து அவர்கள் பிரச்சனைகளை தீர்க்க மனிதனின் கைகள் இறைவனால் ஆசிர்வதிக்கப்பட்டவை.

कर्णौ धन्यौ शुभं वाक्यं यावाकर्णयतः सदा।
सज्जनानां च संगत्या पिबतः वचनामृतम ॥ 328 ॥

Karnau Dhanyau Shubham Vaakyam Yaavaakarnayatah Sadaa.
Sajjanaanaam Cha Sangatyaa Pibatah Vachanaamritam.

நல்ல மனிதர்களின் அமுதம் போன்ற பேச்சையும், எப்போதும் நல்ல சொற்பொழிவுகளையும் கேட்கும் காதுகள் இறைவனால் ஆசிர்வதிக்கப்பட்டவை.

पादौ धन्ये शुभे मार्गे चलतः चौ निरंतरम्।
कल्याणाय च जीवनां उद्यतौभवतः सदा॥ ॥ 329 ॥

Paadau Dhanye Shubhe Maarge Chalatah Chau Nirantaram.
Kalyaanaaya Cha Jeevaanaam Uddyataubhavatah Sadaa.

பிறரின் நலனுக்காக நல்ல பாதையில் நடக்கும் கால்கள் இறைவனால் ஆசிர்வதிக்கப்பட்டவை.

यथा वृक्षा फलन्तयत्र परेषामुपकारकाः।
नरः तथैव स धन्यः परेभ्य यस्यजीवनमः ॥ 330 ॥

Yathaa Vriksha Phalantyatra Pareshaamupakaarakaah.
Narah Tathaiv Sa Dhannyah Parebhya Yasya Jeevanam.

பிறருக்கு கனிகள் கொடுக்கும் மரங்கள் போல தன் வாழ்கை பிறர் நலனுக்காக பயன்படுத்தம் மனிதன் இறைவனால் ஆசர்வதிக்கப்பட்டவனாவான்

6. சாணக்கிய சூத்திரங்கள்

(sutras of chanakya)

1. सुखस्य मूलं धर्मः।

நம்பிக்கை (மதம்) நமக்கு மகிழ்ச்சி தரும்

2. धर्मस्य मूलमर्थः।

மத சம்பிரதாயங்களை பணம் இருந்தால்தான் செயற்படுத்த முடியும்

3. अर्थस्य मूलं राज्यम्।

ஒரு நாட்டின் புகழ் செல்வத்தால் உருவாகும்.

4. राज्यमूलमिन्द्रियजमः।

நாம் நம் புலன்களை கட்டுப்பா... ல் வைத்திருந்தால் நம் நாட்டையும் வைக்க முடியு...

5. इंद्रियजयस्य मूलं विनयः।

நாம் பண்புடன் இருந்தால் நம்மால் புலன்களை அடக்கமுடியும்

6. विनयस्य मूलं वृद्धोपसेवा।

வயதானவர்களுக்கு செய்யும் சேவையே நம் பண்பை வளர்க்கிறது.

7. वृद्धसेवया विज्ञानत्।

வயதானவர்களுக்கு செய்யும் சேவையே நமக்கு உண்மையான அறிவை தருகிறது.

8. विज्ञानेनात्मानं सम्पादयेत्।

ஒரு அரசன் அறிவையும் திறமைகளையும் வளர்த்துக்கொள்ள வேண்டும்.

9. सम्पादितात्मा जितात्मा भवति।

ஒரு பொறுப்புள்ள அரசனால்தான் தன் புலன்களை கட்டுபடுத்த முடியும்.

10. जितात्मा सर्वार्थे संयुज्येत।

தன் புலன்களை அடக்கியாளும் ஒருவனால் இந்த உலகத்தில் எதையும் அடையமுடியும்

11. **अर्थसम्पत् प्रकृतिसम्पदं करोति।**

ஒரு அரசன் செல்வ செழிப்புடன் இருந்தால் மக்களும் செல்வச் செழிப்புடன் இருப்பர்.

ஒரு பொறுப்புள்ள அரசனால்தான் தன் புலன்களை கட்டுபடுத்த முடியும்.

10. **जितात्मा सर्वार्थे संयुज्येत।**

தன் புலன்களை அடக்கியாளும் ஒருவனால் இந்த உலகத்தில் எதையும் அடையமுடியும்

11. **अर्थसम्पत् प्रकृतिसम्पदं करोति।**

ஒரு அரசன் செல்வ செழிப்புடன் இருந்தால் மக்களும் செல்வச் செழிப்புடன் இருப்பர்.

12. **प्रकृतिसम्पदा ह्यनायकमपि राज्यं नीयते।**

செல்வச் செழிப்புடன் இருக்கும் நாட்டில் அரசன் இல்லாமலே அரசாங்கம் இயங்க முடியும்.

13. **प्रकृतिकोपः सर्वकोपेभ्यो गरीयान्।**

சாதாரண மனிதனின் கோபம் மற்ற அனைவரின் கோபத்தை விட கடுமையானது.

14. **अविनीतस्वामिलाभादस्वामिलाभः श्रेयान्।**

ஒரு நாட்டில் ஒழுக்கம் அற்ற அரசன் இருப்பதை விட இல்லாமல் இருப்பதே மேல்

15. **सम्पाद्यात्मानमविच्छेत् सहायवान्।**

ஒரு திறமையான அரசன் நல்ல அமைச்சர்களின் வழிகாட்டுதலுடன்தான் அரசாங்கத்தை நிர்வாகிக்க முடியும்.

16. **न सहायस्य मन्त्रनिश्चयः।**

ஒரு அரசன் தன் அமைச்சர்களின் ஆலோசனை பெறாமல் தனியாக ஒரு முடிவெடுக்க முடியாது.

17. **नैकं चक्रं परिभ्रमयति।**

ஒற்றை சக்கதரத்தைக் கொண்டு ஒரு வண்டியை ஓட்ட முடியாது.

18. **सहायः समसुखदुःखः।**

ஒரு ஆதரவாளர் நல்ல நேரத்திலும், துன்பம் வரும் சமயத்திலும் தொடர்ந்து ஆதரவளித்தால் அவர் சிறந்த ஆதரவாளர்.

19. **मानी प्रतिमानीनामात्मनि द्वितीयं मन्त्रमुत्पादयेत्।**

ஒரு அரசன் கடுமையான காலகட்டங்களில் தன் பெருமைகளை மறந்துவிட்டு பிரச்சனைகளை சமாளித்து நடுநிலையான முடிவை எடுக்கவேண்டும்.

20. **अविनीतं स्नेहमात्रेण न मंत्रे कुर्वीत।**

மோசமான குணமுள்ள ஒருவன் நெருங்கிய சொந்தமாக இருந்தாலும் அவனை முக்கியமான ஆலோசனைகளில் அனுமதிக்க கூடாது.

21. **श्रुतवन्तमुपधाशुद्धं मन्त्रिणं कुर्वीत।**

நன்றாக கவனம் செலுத்தும் திறனும், உயர்வான எண்ணங்களும் கொண்ட ஒருவனையே ஒரு அரசன் தன் அமைச்சராக நியமிக்க வேண்டும்.

22. **मन्त्रमूलाः सर्वारम्भाः।**

எந்த செயல்களையும் துவங்கும் முன் நன்றாக கலந்தாலோசித்து அறிவுரைகளை கேட்க வேண்டும்.

23. **मन्त्ररक्षणे कार्यसिद्धिर्भवति।**

சரியான அறிவுரைகளை நாம் பின்பற்றினால் நமக்கு விரைவில் வெற்றிகிட்டும்.

24. **मन्त्रविस्रावी कार्यं नाशयति।**

ஒரு நாட்டின் முக்கியமான இரகசியங்களை வெளிப்படுத்தக்கூடாது.

25. **प्रमादाद् द्विषितां वशमुपयास्यति।**

நாம் மிகவும் பெருமைபட்டுக்கொண்டிருந்தால் நம் பகைவர்கள் நம் இரகசியத்தை அறிந்துகொள்வார்கள்.

26. **सर्वद्वारेभ्यो मन्त्रो रक्षयितव्यः।**

நமது எண்ணங்களை, கருத்துகளையும் எப்போதும் இரகசியமாக வைக்கவேண்டும்.

27. **मन्त्रसम्पदा राज्यं वर्धते।**

சரியான திட்டங்களை வருத்து செயல்படுத்தும் நாடு வளர்ச்சிப் பாதையில் செல்கிறது.

28.

(१) श्रेष्ठतमं मन्त्रगुप्तिमाहु:।

முன்கூட்டியே திட்டமிடுதல் மற்றும் அதனை இரகசியமாக வைத்துக்கொள்ளுதல் சிறந்தது

(२) कार्यन्धस्य प्रदीपो मन्त्र:।

அதிகாரிகளால் செய்யப்படும் பணிகளுக்க சரியான ஆலோசனை தருவது பிரகாசமாக எரியும் விளக்கு போன்றது.

29. **मन्त्रचक्षुषा परछिद्राण्यव लोकयन्ति:।**

ஒரு அரசனுக்கு வழங்கப்படும் சரியான ஆலோசனை அவன் கண்கள் போல செயல்பட்டு பகைவர்களின் பலஹீனத்தை அவனுக்கு காட்டிக்கொடுக்கிறது.

30. **मन्त्रकाले न मत्सर: कर्तव्य:।**

கருத்துரை வழங்கும் போதும், கலந்தாலோசனை செய்யும் போதும் ஒருவன் பிடிவாதமாக இருக்கக்கூடாது.

31. **त्रयाणामेकवाक्ये सम्प्रत्यय:।**

அரசன், அமைச்சர் மற்றும் அறிவாளி இந்த மூவருக்கும் இணக்கம் இருந்தால் அது மிகப்பெரிய வெற்றி தரும்.

32. **कार्यकार्यतत्त्वार्थदर्शिनो मन्त्रिण:।**

பயனுள்ள செயல், பயனற்ற செயல் இரண்டுக்கும் உள்ள வித்தியாசத்தை அறிந்தவர்கள்தான் அமைச்சர்களாக நியமிக்கப்பட வேண்டும்.

33. **षट्कर्णाद् भिद्यते मन्त्र:।**

பலரால் விவாதிக்கப்பட்ட கருத்துக்கள் நன்கு மதிப்பிடப்பட்ட கருத்துகளாகும்.

34. **आपत्सु स्नेहसंयुक्तं मित्रम्।**

கடினமான காலகட்டத்தில் நம்முடன் இருக்கும் நண்பன் சிறந்த நண்பனாவான்.

35. **मित्रसंग्रहेण बलं सम्पद्यते।**

தகுதியான நல்ல நண்பர்களை கொண்டிருப்பவன் சக்திவாய்ந்தவனாகிறான்.

36. **बलवान् अलब्धलाभ प्रयतते।**

ஒரு சக்திவாய்ந்த அரசன் மற்றவர்களால் சாதிக்க இயலாத காரியத்தை சாதிக்க முயற்சி செய்வான்.

37. **अलब्धलाभो नालसस्य।**

ஒரு சோம்பேறியால் எதையும் சாதிக்க முடியாது

38. **आलसस्य लब्धमपि रक्षितुं न शक्यते।**

ஒரு சோம்பேறியால் தனது சாதனைகளைக் கூட பாதுகாக்க முடியாது.

39. **न आलसस्य रक्षितं विवर्धते।**

ஒரு சோம்பேறி சேர்த்துவைத்த பொருள்கள் விருத்தியாகது.

40. **न भृत्यान् प्रेषयति।**

சோம்பேறி அரசனால் ஒரு பணியாளர்களைக் கூட வேலை வாங்க முடியாது.

41. **अलब्धलाभादिचतुष्टयं राज्यतन्त्रम्।**

சாதிக்க முடியாததை சாதிப்பது, சாதனைகளை பாதுகாப்பது; சாதித்த பொருளின் உபயோகத்தை அதிகரிப்பது மற்றும் அதனை முறைப்படுத்துவது இவை நான்கும் ஒரு நாட்டின் கடமையாகும்.

42. **राज्यतन्त्रायत्तं नीतिशास्त्रम्।**

ஒரு நாட்டின் நெறிமுறைகள் அந்த நாட்டு சட்டத்தின் கீழ் வருகிறது.

43. **राज्यतन्त्रेष्वायत्तौ तन्त्रावापौ।**

உள்நாட்டு கொள்கைகள் மற்றும் வெளிநாட்டுக் கொள்கைகள் இவை இரண்டும் ஒரு நாட்டின் சட்டத்தில் ஒருங்கிணைக்கப்பட வேண்டும்.

44. **तन्त्र स्वविषयकृत्येष्वायत्तम्।**

நிர்வாகம் ஒரு நாட்டின் உள்நாட்டு விவகாரத்திற்கு தொடர்புடையது.

45. **अवापो मण्डलनिविष्टः।**

வெளிநாட்டு கொள்கைகள் பிற நாடுகளின் ஒப்புதல்படி இருக்கவேண்டும்.

ஒரு முக்கியமான வேலையை கொடுத்துதான் ஒரு பணியாளை சோதிக்க முடியும். நெருக்கடியான நேரத்தில்தான் நம் பிள்ளைகள் மற்றும் உறவினர்களை சோதிக் முடியும், ஆபத்தான நேரத்தில் தான் நண்பனை சோதிக்க முடியும், செல்வத்தை இழந்த போதுதான் மனைவியின் உண்மையான குணத்தை சோதிக்க முடியும்.

यस्य बुद्धिर्बलं तस्य निर्बुद्धेस्तु कुतो बलम्।
वने सिंहो ममदोन्मतः शाशकेन निपातितः ॥ 228 ॥

Yasya Buddhirbalam Tasya Nirbuddhestu Kuto Balam.
Vane Singho Mamadonmattah Shaashaken Nipaatitah.

அறிவுத்திறம் உள்ளவன் ஆற்றல் மிக்கவனாக இருக்கிறான் அதனால் முட்டாள்களுக்கு ஆற்றல் இருப்பதில்லை. ஒரு சிறு முயலால் பாயந்து வரும் காட்டின் அரசனான சிங்கத்தையும் வீழ்த்த முடியும் (அறிவு தேகவலிமையைவிட மேலானது, புத்திகூர்மையால் ஒரு சிறய முயல் சிங்கத்தை வீழ்த்தியது. இந்த கருத்து ஒரு பழங்கதையிலிருந்து எடுக்கப்பட்டது. ஒரு சிறு முயல் சிங்கத்தை முட்டாளக்கி கிணற்றில் விழுகவைத்து கொன்றது. இந்த கதை பல நாடுகளில் உள்ள பழங்கால புத்தகங்களில் உள்ளது).

हस्ती स्थूलतनुः स चांकुशवशः किं हस्तिमात्रोंऽकुशः
दीपे प्रज्वलिते प्रणश्यति तमः किं दीपमात्रं तमः।
वज्रेणाभिहताः पतन्ति गिरयः किं व्रज्रमात्रं नगाः
तेजो यस्य विराजते स बलवान स्थूलेषु कः प्रत्ययः ॥ 229 ॥

Hastee Sthoolatanuh Sa Chankushuashah Kim Hastimaatronkushah
Deepe Prajvalite Pranashyati Tamah Kim Deepamaatram
Tamah. Vajjrenabhihataah Patanti Giryaah Kim Vijjramaatram Nagaah
Tejo Yasya Viraajate Sa Balvaan Sthooleshu Kah Pratyayah.

யானையின் பெரிய உருவத்தை அங்குசம் கட்டுப்படுத்துவதால் அங்குசம் யானையைவிட சக்தி வாய்ந்தது என்று கூறுமுடியுமா? ஒரு விளக்கு இருளை போக்குவதால் அந்த விளக்கு இருளுக்கு ஈடானதா? இடி தாக்கினால் மலை கூட பிளந்துவிடுகிறது. அதனால் இடி மலையைவிட பெரியதா? புத்திசாலித்தனத்தின் ஆற்றலை விட உடல்வலிமையும், உருவளவும் சிறந்ததல்ல (சாணக்கியர் இங்கு புத்திகூர்மையும், அறிவுத்திறனும் உடல் வலிமையை விட மேலானது என்ற கருத்தை அழுத்தமாக கூறுகிறார். மூளையின் பலம் தசையின் பலத்தை எப்போதும் தோற்க்கடித்துவிடும் என்பது உலகறிந்த கருத்து. இயற்கையின் பல விஷயங்களை மேற்க்கோள் காட்டி அவர் கவிதை நடையில் இந்த கருத்தை விளக்குகிறார்).

बलं विद्या च विप्राणां राज्ञः सैन्यं बलं तथा।
बलं वित्तं च वैश्यानां शूद्राणां च कनिष्ठता ॥ 230 ॥

Balam Viddyaa Cha Vipraanaam Raagyah Sainyam Balam Tathaa.
Balam Vittam Cha Vaishyaanaam Shoodraanaam Cha Kanishthataa.

46. **सन्धिविग्रहयोनिर्मण्डलः।**

பிற நாடுகளுடன் ஒப்பந்தங்கள் மற்றும் கூட்டணிகள் எப்போதும் நடந்துகொண்டே இருக்கும்.

47. **नीतिशास्त्रानुगो राजा।**

ஒரு நாட்டின் நெறிமுறைகளை கடைபிடிக்க வேண்டியது அரசனின் கடமை.

48. **अनन्तरप्रकृतिः शत्रुः।**

எல்லைப் பகுதியில் எப்போதும் சண்டை புரியும் நாடுகளின் பகை நாடுகளாக இருக்கும்.

49. **एकान्तरितं मित्रमिष्यते।**

ஒரே மாதிரியான கொள்கைகளைக் கொண்ட நாடுகள் நட்பு நாடுகளாக இருக்கும்.

50. **हेतुतः शत्रुमित्रे भविष्यतः।**

மக்கள் ஏதோ ஒரு காரணத்தால் நண்பர்களாகவோ அல்லது பகைவர்களாகவோ மாறுகின்றனர்.

51. **हीयमानः सधिं कुर्वीत।**

ஒரு பலவீனமான அரசன் விரைவில் ஒரு ஒப்பந்தம் அல்லது கூட்டணி செய்யக்கூடாது.

52. **तेजो हि सन्धानहेतुस्तदर्थानाम्।**

ஒப்பந்தம் அல்லது கூட்டணி செய்யும் அரசர்களுக்கு இந்த குறிக்கோள்தான் இருக்கும்.

53. **नातप्तलौहो लौहेन सन्धीयते।**

இரும்பு இரும்புடன் அதை உருக்கும் வரை ஒட்டாது.

54. **बलवान हीनेन विग्रहणीयात्।**

வலிமையானவன் வலிமையற்றவனை எப்போதும் தாக்குவான்

55. **न ज्यायसा समेन वा।**

சம வலிமை மற்றும் வலிமை மிகுந்தவர்களிடம் நாம் மோதக்கூடாது.

56. **गजपादयुद्धमिव बलवद्विग्रहः।**

பலசாலியுடன் மோதுவது யானைபடை மற்றும் இராணுவத்துடன் மோதுவது போலாகும்.

57. **आमपात्रमामेन सह विनश्यति।**

சுடாத மண்பானை மற்றொரு பானையுடன் மோதினால் இரண்டும் உடைந்துவிடும்.

58. **अरिप्रयत्नमभिसमीक्षेत।**

நம் பகைவனின் முயற்சிகள் மீது நாம் எப்போதும் ஒரு கண் வைத்திருக்க வேண்டும்.

59. **सन्धायैकतो वा।**

நமது அண்டை நாடுகளுடன் நாம் ஒப்பந்தம் செய்திருந்தால் கூட அவர்களின் செயல்பாட்டை நாம் எப்போதும் கண்காணிக்க வேண்டும்.

60. **अमित्रविरोधात्मरक्षामावसेत।**

நம் பகை நாட்டின் ஒற்றர்கள் மீது நாம் எப்போதும் எச்சரிக்கையுடன் இருக்கவேண்டும்.

61. **शक्तिहीनो बलवन्तमाश्रयेत्।**

பலவீனமான அரசன் ஒரு பலசாலியான அரசனிடம் தஞ்சம் அடையவேண்டும்.

62. **दुर्बलाश्रयो दुःखमावहति।**

பலவீனமானவனிடம் தஞ்சம் புகுந்தால் அது துன்பத்தை தரும்

63. **अग्निवद्राजानमाश्रयेत्।**

நெருப்பும் நம் தற்காப்புக்கு பயன்படும். அது போல ஒரு அரசனிடம் தஞ்சம் புகுவதையும் நம் தற்காப்புக்காக பயன்படுத்த வேண்டும்.

64. **राज्ञः प्रतिकूलं नाचरेत्।**

அரசனுக்கு எதிராக நாம் செயல்படக்கூடாது

65. **उद्धतवेशधरो न भवेत्।**

ஒருவன் அநாகரிகமாக உடையணியக்கூடாது

66. **न देवचरितं चरेत्।**

நாம் கடவுளை போல நடந்துகொள்ள கூடாது

67. **द्वयोरपीर्ष्यतोद्वैधीभावं कुर्वीत।**

நம் மீது பொறாமைபடும் இருவரை நம் சாதுரியத்தை கொண்டு ிிக்கவேண்டும்.

68. **नव्यसनपरस्य कार्यावाप्तिः।**

தீய பழக்கங்கள் கொண்ட ஒருவன் தன் செயல்களில் வெற்றி பெறமுடியாது

69. **इन्द्रियवशवर्ती चतुरंगवानपि विनश्यति।**

தன் உணர்ச்சிகளுக்கு கட்டுப்பட்ட அரசன் நாற்படைகளை கொண்டிருந்தாலும் தோற்க்கடிக்கப்படுவான்.

70. **नास्ति कार्यं द्यूतप्रवर्तस्य।**

சூதாட்டத்தில் ஈடுபடும் ஒருவன் எந்த செயல்களையும் சரியாக முடிக்கமாட்டான்.

71. **मृगयापरस्य धर्मार्थौ विनश्यतः।**

வேட்டையாடுவதில் ஈடுபடும் ஒருவன் தன் மதகோட்பாடுகளையும், செலவத்தையும் அழிக்கிறான்.

72. **अर्थेषणा न व्यसनेषु गण्यते।**

நாம் செல்வத்தை நாடுவது தவறல்ல

73. **न कामासक्तस्य कार्यनुष्ठानम्।**

காமத்திலும், மோகத்திலும் ஈடுபடும் ஒருவனால் எந்த செயலையும் ஒழுங்காக செய்யமுடியாது.

74. **अग्निदाहादपि विशिष्टं वाक्पारुष्यम्।**

தீய சொற்க்கள் நெருப்பைவிட அதிகமாக சுடும்.

75. **दण्डपारुष्णात् सर्वजनद्वेष्यो भवति।**

ஒரு நிரபராதி தண்டிக்கப்பட்டால் அவன் பழிவாங்கும் முயற்சியில் தன்னை தண்டித்த அதிகாரிக்கு தீராத பகைவனாகின்றான்.

76. **अर्थतोषिणं श्रीः परित्यजति।**

நிறைவு அடைந்த அரசனைவிட்டு லஷ்மிதேவியும் விலகிவிடுவாள்

77. **अमित्रो दण्डनीत्यामायत्तः।**

ஒரு நாட்டின் பகைவன் அந்த நாட்டு சட்டப்படி தண்டிக்கப்பட வேண்டும்.

78. **दण्डनीतिमधितिष्ठन् प्रजाः संरक्षति।**

சட்டத்தை முறையாக பயன்படுத்தினால் அது நாட்டு மக்களை காக்கும்.

79. **दण्डसम्पदा योजयति।**

சட்டங்கள் இயக்குவது மற்றும் சிறந்த நிர்வாகம் ஒரு அரசனை வெற்றியடைய செய்யும்.

80. **दण्डाभावे मन्त्रिवर्गाभावः।**

அரசாங்க நெறிமுறைகள் சரியாக பின்பற்றப்படவில்லை என்றால் அமைச்சர்கள் கூட கவனக்குறைவாக மாறிவிடுவர்.

81. **न दण्डादकार्याणि कुर्वन्ति।**

அரசாங்க நெறிமுறைகள் சரியாக பின்பற்றப்படவில்லை என்றால் சமூகத்தில் தீய பழக்கவழக்கங்கள் அதிகரிக்கும்.

82. **दण्डनीत्यामायत्तमात्मरक्षणम्।**

தற்காப்பு என்பது அரசாங்கத்தின் நெறிமுறைகளை பொறுத்ததாகும்.

83. **आत्मनि रक्षिते सर्वं रक्षितं भवति।**

தற்காப்பு மூலம்தான் நாம் பிறரையும் காக்கமுடியும்

84. **आत्मायत्तौ वृद्धिविनाशौ।**

ஒரு மனிதன் தன் வளர்ச்சி அல்லது வீழ்ச்சிக்கு தானே காரணம்.

85. **दण्डो हि विज्ञाने प्रणीयते।**

தண்டனை வழங்கும் முன்பு நன்கு ஆலோசனை செய்ய வேண்டும்.

86. **दुर्बलोऽपि राजा नावमन्तव्यः।**

பலவீனமான அரசனை கூட நாம் அவமரியாதை செய்யக் கூடாது.

87. **नास्त्यग्नेर्दौर्बल्यम्।**

நெருப்பு எப்போதும் வலுக்குறைந்ததல்ல

88. **दण्डे प्रतीयते वृत्तिः।**

அரசன் தன் அரசாங்கத்தின் நெறிமுறைகள் மூலம் தன் வருவாயை பெறுகிறான்.

89. **वृत्तिमूलमर्थलाभः।**

இலாபம் அதிகரித்தால் நம் வருவாய் பெருகும்.

90. **अर्थमूलौ धर्मकामौ।**

ஒரு மதத்தின் அடிப்படை உழைப்பு மற்றும் செல்வம்

91. **अर्थमूलं कार्यम्।**

எல்லா பணிகளின் அடிப்படை பணமேயாகும்.

92. **यदल्पप्रयत्नात् कार्यसिद्धिर्भवति।**

செல்வம் இருந்தால் நாம் குறைந்த முயற்சியில் நம் பணிகளை நிறைவேற்றலாம்.

93. **उपायपूर्वं न दुष्करं स्यात्।**

சரியான திட்டமிடுதல் நமது பணியை எளிதாக்கும்

94. **अनुपायपूर्वं कार्यं कृतमपिविनश्यति।**

சரியான முறையில் நிறைவேற்றப்படாத பணி சீரழிந்துவிடும்.

95. **कार्यार्थिनामुपाय एव सहायः।**

தொழிலதிபர்களுக்கு சரியான திட்டமிடுதலே வெற்றி தரும்.

96. **कार्यं पुरुषकारेण लक्ष्यं सम्पद्यते।**

ஒரு மனிதன் உறுதியாக இருந்தால் அவனால் ஒரு பணியை நிறைவேற்ற முடியும்.

97. **पुरुषकारमनुवर्तते दैवम्।**

துணிவானவனை அதிர்ஷ்டம் தேடிவரும்.

98. **दैवं विनाऽति प्रयत्नं करोति यत्तद्विफलम्।**

துணிவான மக்களுக்கு அதிர்ஷ்டம் கை கொடுக்கும்.

99. **असमाहितस्य वृतिर्न विद्यते।**

அதிர்ஷ்டத்தை மட்டுமே நம்பும் மனிதன் எதையும் சாதிக்க முடியாது

100. **पूर्वं निश्चित्य पश्चात् कार्यमारभेत्।**

ஒருவன் ஒரு பணியை துவங்கும் போது மன உறுதியுடன் இருக்க வேண்டும்.

101. **कार्यान्तरे दीर्घसूत्रता न कर्तव्या।**

ஒரு பணியை முடிக்கும் முன் நாம் சோம்பல்பட கூடாது

102. **न चलचित्तस्य कार्यावाप्तिः।**

நிலையற்ற அமைதியற்ற மனம் கொண்ட ஒருவனால் வெற்றியடைய முடியாது.

103. **हस्तगतावमानात् कार्यव्यतिक्रमो भवति।**

சரியான வளங்கள் இல்லாமல் ஒரு பணியை வெற்றிகரமாக முடிக்க முடியாது.

104. **दोषवर्जितानि कार्याणि दुर्लभानि।**

ஒரு பணியை எந்த குறையுமில்லாமல் ஒது போதும் முடிக்க முடியாது.

105. **दुरनुबन्धं कार्यं नारभेत्।**

நிறைவேற்ற முடியாத பணியை துவங்ககூடாது

106. **कालवित् कार्यं साधयेत्।**

காலத்தின் அருமையை அறிந்த ஒருவன் தன் பணிகளை நிச்சயம் நிறைவேற்றுவான்.

107. **कालातिक्रमात् काल एव फलं पिबति।**

ஒரு பணியை குறிப்பிட்ட காலத்திற்கு முன் முடித்துவிட்டால் அந்த பணியின் மதிப்பு குறைந்துவிடும்.

108. **क्षण प्रति कालविक्षेपं न कुर्यात् सर्वं कृत्येषु।**

நம் பணிகளுக்கு நடுவில் ஒரு நொடியைக் கூட வீணாக்க கூடாது

109. **देशफलविभागौ ज्ञात्वा कार्यमारभेत्।**

காலத்தையும், இடத்தையும் கணக்கிட்டு ஒரு பணியை துவங்கவேண்டும்.

110. **दैवहीनं कार्यं सुसाध्यमपि दु:साध्यं भवति।**

அதிர்ஷ்டமில்லாத மனிதனுக்கு தன் பணியை நிறைவேற்றுவது கடினமாக இருக்கும்.

111. **नीतिज्ञो देशकालौ परीक्षेत।**

அரசியல் நிபுணர்கள் ஒரு நாட்டின் தற்போதைய நிலையை ஆராயவேண்டும்.

112. **परीक्ष्यकारिणी श्रीश्चिरं तिष्ठति।**

நன்றாக ஆய்வு செய்து மேற்கொண்ட பணி செல்வத்தை நீண்ட நாள் தக்கவைக்கும்.

113. **सर्वाश्च सम्पत: सर्वोपायेन परिग्रहेत्।**

எல்லா செயல்களையும் அனைத்து வழிகளிலும் பாதுகாக்க வேண்டும்.

121 / சாணக்ய நீதி

114. **भाग्यवन्तमपरीक्ष्यकारिणं श्रीः परित्यजति।**

அதிர்ஷ்டமுள்ள ஒரு மனிதன் கூட சரியாக திட்டமிடாமல் ஒரு காரியத்தை செய்தால் அவன் செல்வம் குறையும்.

115. **ज्ञानानुमानैश्च परीक्षा कर्तव्या।**

பொருள்களை சரியான பரிசோதனை மூலம் நன்றாக ஆராய்ந்து அறிய வேண்டும்.

116. **यो यस्मिन् कर्मणि कुशलस्तं तस्मिन्नैव योजयेत्।**

ஒரு துறையில் வல்லமை கொண்ட ஒருவனுக்கு அந்த துறை சார்ந்த பணிகள்தான் கொடுக்கப்படவேண்டும்.

117. **दुःसाध्यमपि सुसाध्यं करोत्युपायज्ञः।**

சரியான சூழ்ச்சி திறம் கொண்ட ஒருவனால் எந்த பணியையும் சுலபமாக செய்ய முடியும்.

118. **अज्ञानिना कृतमपि न बहु मन्तव्यम्।**

ஒரு முட்டாள் செய்யும் எந்த காரியத்துக்கும் முக்கியத்துவம் கொடுக்ககூடாது.

119. **यादृच्छिकत्वात् कृमिरपि रूपान्तराणि करोति।**

சில சமயங்களில் தற்செயலாக ஒரு பூச்சியால் ஒரு மரத்துண்டைச் சிறுகசிறுக கொறித்து சிற்பம் போல உருவாக்க முடியும். அதனால் அந்த பூச்சி ஒரு கலைஞன் என்று பொருளாகாது.

120. **सिद्धस्यैव कार्यस्य प्रकाशनं कर्तव्यम्।**

ஒரு செயலில் வெற்றி பெற்ற பிறகுதான் அதை நாம் வெளியே சொல்லவேண்டும்.

121. **ज्ञानवतामपि दैवमानुषदोषात् कार्याणि दुष्यन्ति।**

அறிவாளிகள் செய்யும் பணிகள் கூட சில நேரங்களில் துரதிர்ஷ்டம் அல்லது சில மனிதர்களால் மாசுபட்டுவிடும்.

122. **दैवं शान्तिकर्मणा प्रतिषेधव्यम्।**

இயற்கை பேரழிவுகளைக்கூட நமது அமைதியான முயற்சியால் தவிர்த்துவிடலாம்.

123. **मानुषीं कार्यविपत्ति कौशलेन विनिवारयेत्।**

ஒரு பணி செய்யும் போது வரும் கஷ்டங்களை கொண்டு அறிவை

கொண்டு சமாளிக்கவேண்டும்.

124. **कार्यविपत्तौ दोषान् वर्णयन्ति बालिशाः।**

பணியல் கஷ்டம் வரும்போது முட்டாள்கள் அதன் குறைகளையே தேடுவர்.

125. **कार्यार्थिना दाक्षिण्यं न कर्तव्यम्।**

தீய மனிதர்களிடம் நாம் கருணை காட்ட கூடாது

126. **क्षीरार्थी वत्सो मातुरुधः प्रतिहन्ति।**

ஒரு கன்றுகுட்டி பசுவின் மடியை பாலுகாக்க அழுத்தமாக உறிஞ்சும்.

127. **अप्रयत्नात् कार्यविपत्तिर्भवति।**

முயற்சிகள் இல்லையென்றால் ஒரு பணி அழிந்துவிடும்.

128. **न दैवप्रमाणानां कार्यसिद्धिः।**

அதிர்ஷட்த்தையே நம்பியிருக்கும் ஒருவரால் தன் பணியில் வெற்றியடைய முடியாது.

129. **कार्यबाह्यो न पोषयत्याश्रितान्।**

தன் பொறுப்புகளில் இருந்து ஓடும் ஒருவனால் தன்னைச் சார்ந்து இருப்பவர்களுக்கு உணவளிக்க முடியாது.

130. **यः कार्यं न पश्यति सोऽन्धः।**

தன் பணியை செய்யாத ஒருவன் குருடனுக்கு சமம்.

131. **प्रत्यक्षपरोक्षानुमानैः कार्याणि परीक्षेत्।**

ஒரு பணியை நேரடியாக ஆதாரங்கள், மறைமுகமான ஆதாரங்கள் மற்றும் யூகங்களால் ஆய்வு செய்ய வேண்டும்.

132. **अपरीक्ष्यकारिणं श्रीः परित्यजति।**

சிந்திக்காமல் செயல்படுபவனை விட்டு செல்வம் விலகிச் செல்லும்.

133. **परीक्ष्य तार्या विपत्तिः।**

பணியில் உள்ள கஷ்டங்களை முறையான ஆய்வு மூலம் தீர்க்க வேண்டும்.

134. **स्वशक्तिं ज्ञात्वा कार्यमारंभेत्।**

ஒரு பணியை துவங்கும் முன் நமது பலத்தை மதிப்பீடு செய்ய வேண்டும்.

135. **स्वजनं तर्पयित्वा यः शेषभोजी सोऽमृतभोजी।**

சொந்த பந்தங்கள் உண்ட பின் மீதமுள்ள உணவை தர்மம் செய்ய வேண்டும்.

136. **सर्वानुष्ठानादायमुखानि वर्धन्ते।**

எல்லா சடங்குகளும் நம் வருவாயை பெருக்கும்.

137. **नास्ति भीरोः कार्यचिन्ता।**

ஒரு கோழை வேலையை பற்றி கவலைப்பட மாட்டான்

138. **स्वामिनः शीलं ज्ञात्वा कार्यार्थी कार्यं साधयेत्।**

தன் முதலாளியின் குணத்தை அறிந்தவர்கள் பணியை வெற்றிகரமாக முடிப்பார்கள்.

139. **धेनोः शीलज्ञः क्षीरं भुङ्क्ते।**

பசுவின் குற்றமின்மையை அறிந்த ஒருவன் அதன் பாலை குடிக்கிறான்

140. **क्षुद्रे गुह्यप्रकाशनमात्मवान् न कुर्यात्।**

உங்களது இரகசியங்களை கீழ்தரமான மனிதர்களிடம் பகிர்ந்து கொள்ளாதீர்கள்

141. **आश्रितैरप्यवमन्यते मृदुस्वभावः।**

பணிவான குணமுள்ள ஒருவன் அவனைச் சார்ந்தவர்களால் கூட அவமதிக்கப்படுகிறான்.

142. **तीक्ष्णदण्डः सर्वैरुद्वेदनीयो भवति।**

கடுமையான தண்டனைகள் தரும் அரசனை பொதுமக்கள் வெறுப்பார்கள்.

143. **यथार्हं दण्डकारी स्यात्।**

ஒரு அரசன் சட்டப்படி விவேகமான தண்டனை வழங்கவேண்டும்.

144. **अल्पसारं श्रुतवन्तमपि न बहुमन्यते लोकः।**

ஒரு அறிவாளி கடுமையாக இல்லாவிட்டால் அவன் சமூகத்தால் மதிக்கப்படமாட்டான்.

145. **अतिभारः पुरुषमवसादयति।**

அதிகமான மன அழுத்தம் ஒருவனை சோகமாக்குகிறது.

146. **यः संसदि परदोषं शंसति स स्वदोषं प्रख्यापयति।**

ஒரு பொதுக்கூட்டத்தில் மற்றவர்களின் குறைகளை சித்தரிக்கும் ஒருவன் தன் குறைகளை வெளிச்சமிட்டுக் காட்டுகிறான்.

147. **आत्मनमेव नाशयत्यनात्मवातां कोपः।**

முட்டாள்களின் கோபம் அவர்களையே அழித்துவிடும்.

148. **नास्त्यप्राप्यं सत्यवताम्।**

உண்மையானவர்களுக்கும், திறமையானவர்களுக்கும் எதுவும் சாத்தியமாகும்.

149. **साहसेन न कार्यसिद्धिर्भवति।**

வீரத்தால் மட்டும் வெற்றியடைய முடியாது.

150. **व्यसानार्तो विरमत्यप्रवेशेन।**

தீய பழக்கங்களில் ஈடுபடும் ஒருவன் தன் குறிக்கோளை அடையமுடியாது.

151. **नास्त्यनन्तरायः कालविक्षेपे।**

நேரத்தை பற்றி அறியாமை நம் பணிக்கு தடங்கலாக இருக்கும்.

152. **असंशयविनाशात् संशयविनाशः श्रेयान्।**

நிகழ்காலத்தில் ஏற்படும் அழிவு வருங்காலத்தில் ஏற்படும் அழிவைவிட மேல்.

153. **परधनानि निक्षेप्तुः केवलं स्वार्थम्।**

மற்றவர்களுடைய பொருள்கள் மேல் பாரபட்சம் காட்டுவது சுயநலமாகும்.

154. **दानं धर्मः।**

தர்மம் என்பது ஒரு மதமாகும்.

155. **नार्यागतोऽर्थवत् विपरीतोऽनर्थभावः।**

புனிதமில்லாத சமுதாயத்தில் உள்ள பணம் மனிதகுலத்திற்கு அழிவை கொண்டுவரும்.

156. **यो धर्मार्थौ न विवर्धयति स कामः।**

மதத்தையும், செல்வத்தையும் வளர்க்கும் செயலில் ஈடுபடாத ஒருவன் காமத்தின் பிடியில் சிக்கியிருக்கிறான்.

157. **तद्विपरीतोऽर्थाभासः।**

தீய வழியில் வரும் பணம் அதன் இருப்பை நமக்கு உணர்த்துகிறது.

158. **ऋजुस्वभावपरो जनेषु दुर्लभः।**

நேர்மையான மனிதனை காண்பது அரிது.

159. **अवमानेनागतमैश्वर्यमवमन्यते साधुः।**

ஒரு புனிதமான மனிதன் தீய வழிகளில் வரும் பணத்தை புறக்கணிப்பான்.

160. **बहूनपि गुणानेक दोषो ग्रसति।**

ஒரு குறை பல நிறைகளை அழித்துவிடும்.

161. **महात्मना परेण साहसं न कर्तव्यम्।**

உயர்ந்த எண்ணங்கள் கொண்டவர்கள் பிறரின் வீரத்தை சார்ந்து இருக்ககூடாது.

162. **कदाचिदपि चरित्रं न लंघेत्।**

ஒருவன் தன் ஒழுக்கத்தை மீறக்கூடாது

163. **क्षुधार्तो न तृणं चरति सिंहः।**

சிங்கம் பசித்தாலும் புல்லை தின்காது

164. **प्राणदपि प्रत्ययो रक्षितव्यः।**

உயிரை விட நம்பிக்கையை நன்றாக பாதுகாக்கவேண்டும்

165. **पिशुनः श्रोता पुत्रदारैरपि त्यज्यते।**

புறம் பேசுபவனின் வார்த்தைகள் கேட்பவனிடமிருந்து அவன் மனைவி மக்கள் கூட விலகிச் செல்வர்.

166. **बालादप्यर्थजातं शृणुयात्।**

குழந்தைகள் கூட நல்ல சொற்களை கேட்க வேண்டும்

167. **सत्यमप्यश्रद्धेयं न वदेत्।**

கசப்பான உண்மையை வெளியே சொல்லக்கூடாது

168. **नाल्पदोषाद् बहुगुणस्त्यज्यन्ते।**

நல்ல பண்புகளை சிறு குறைகளை காரணம் காட்டி விலக்ககக்கூடாது.

169. **विपश्चित्स्वपि सुलभा दोषः।**

கற்றிந்த மனிதர்களிடம் கூட குறைகள் இருக்கும்

170. **नास्ति रत्नमखण्डितम्।**

குறையில்லாத வைரத்தை கண்டுபிடிப்பது சிரமம்

171. **मर्यादातीतं न कदाचिदपि विश्वसेत्।**

நிலையில்லாத மனம் உடைய மனிதனை சார்ந்திருக்க கூடாது

172. **अप्रियेण कृतं प्रियमपि द्वेष्यं भवति।**

பகைவனால் செய்யப்பட்ட உதவி கூட தீமையானது

173. **नमन्त्यपि तुलाकोटिः कूपोदकक्षयं करोति।**

கிணற்றில் நீர் சேர்ந்த பயன்படும் ஏற்றப் பலகை அதனை வேண்டினால்தான் வேலை செய்யும்

174. **सतां मतं नातिक्रमेत्।**

உயர்ந்த மனிதர்களின் கருத்துக்களை மீறக்கூடாது

175. **गुणवदाश्रयन्निर्गुणोऽपि गुणी भवति।**

திறமையற்ற ஒருவன் கூட நல்ல திறமைபடைத்தவனின் உதவியால் திறமைகொண்டவனாக மாறுவான்.

176. **क्षीराश्रितं जलं क्षीरमेव भवति।**

தண்ணீரை பாலுடன் கலந்தால் அது பாலாக மாறும்

177. **मृत्पिण्डोऽपि पाटलिगन्धमुत्पादयति।**

மண் மலருடன் சேரும்போது மணம் உருவாகும்

178. **रजतं कनकसंगात कनकं भवति।**

வெள்ளியை தங்கத்துடன் கலந்தால் அது தங்கமாக மாறுகிறது.

179. **उपकर्तर्यपकर्तुमि-छत्यबुधः।**

சரியான வழிகாட்டுதல் இருந்தாலும் ஒரு முட்டாள் தவறான காரியங்களை செய்வான்

180. **न पापकर्मणामाक्रोशभयम्।**

பாவங்களை செய்யும் ஒருவன் இகழ்ச்சிக்கு அஞ்சமாட்டான்

181. **उत्साहवतां शत्रवोऽपि वशीभवन्ति।**

வீரம் உடையவர்களின் பகைவர்கள் கூட அவர்களின் கட்டுப்பாட்டில் இருப்பர்

182. **विक्रमधना राजानः।**

ஒரு அரசன் தன் வீரத்தால் செல்வந்தனாகிறான்

183. **नास्त्यलसस्यैहिकामुष्मिकम्।**

ஒரு சோம்பேறிக்கு நிகழ்காலம், எதிர்காலம் என்பது கிடையாது

184. **निरुत्साहाद् दैवं पतति।**

ஆர்வம் இல்லையென்றால் அதிர்ஷ்டம் இல்லாமல் போகும்

185. **मत्स्यार्थीव जलमुपयुज्यार्थं गृहणीयात्।**

நீரில் குதித்து ஒரு மீனவனைபோல பயனடைய வேண்டும்.

186. **अविश्वस्तेषु विश्वासो न कर्तव्यः।**

நம்பகத்தன்மை அற்றவர்களை நம்மகூடாது

187. **विषं विषमेव सर्वकालम्।**

எந்த சூழ்நிலையிலும் விஷம் விஷமாகவே இருக்கும்

188. **अर्थ समादाने वैरिणां संग एव न कर्तव्यः।**

நமது பணத்தை சேமிக்க வேண்டுமென்றால் நம் பகைவர்களை விட்டு விலக வேண்டும்.

189. **अर्थसिद्धौ वैरिणं न विश्वसेत्।**

எந்த சூழ்நிலையிலும் பகைவர்களை நம்பக்கூடாது

190. **अर्थाधीन एव नियतसम्बन्धः।**

அனைத்து உறவுகளும் ஒரு நோக்கத்துடன்தான் இணைகிறது

191. **शत्रोरपि सुतः सखा रक्षितव्यः।**

நம் பகைவன் மகன் நம் தோழனாக இருந்தால் அவனை காக்கவேண்டும்

192. **यावच्छत्रोश्छिद्रं तावद् बद्धहस्तेन वा स्कन्धेन वा बाह्यः।**

நம் பகைவனிடம் கபட நாடகமாடி அவன் பலவீனத்தை அறியவேண்டும்

193. **शत्रुछिद्रे प्रहरेत्।**

பகைவனின் பலவீனத்தை நாம் குறிவைத்து தாக்கவேண்டும்

194. **आत्मछिद्रं न प्रकाशयेत।**

நமது பலவீனத்தை வெளியில் சொல்லக்கூடாது

195. **छिद्रप्रहारिण: शत्रव:।**

பொதுவாக பகைவர்கள் ஒருவன் பலவீனத்தைதான் குறிவைத்து தாக்குவான்

196. **हस्तगतमपि शत्रुं न विश्वसेद्।**

நம் பகைவன் நம் காட்டுப்பாட்டில் இருந்தால் கூட அவனை நம்பக்கூடாது

197. **स्वजनस्य दुर्वृत्तं निवारयेत।**

நமது நலம்விரும்பிகளின் குறைகளை நீக்க முயற்சிக்க வேண்டும்

198. **स्वजनावमानोऽपि मनस्विनां दु:खमावहति।**

தன் இன மக்களை சாடினால் அது சிந்தனையுள்ள மனிதர்களை புண்படுத்தும்

199. **एकांगदोष: पुरुषमवसादयति।**

உடலில் கை, கால், மற்ற பாகங்களை ஆகியவற்றில் ஏதேனும் குறையிருந்தால் கூட அது ஒருவனை வருத்தப்பட வைக்கும்.

200. **शत्रुं जयति सुवृत्तता।**

நல்ல பழக்கங்கள் தான் பகைவநன வெல்லும்

201. **निकृतिप्रिया नीचा:।**

இழிவான மனிதன் உயர்ந்த மனிதனுக்கு எப்போதும் பிரச்சனையாக இருப்பான்

202. **नीचस्य मतिर्न दातव्या।**

தீய மனிதனுக்கு அறிவுரை வழங்கக்கூடாது

203. **तेषु विश्वासो न कर्तव्य:।**

தீய மனிதர்களை சார்ந்திருக்ககூடாது

204. **सुपूजितोऽपि दुर्जन: पीडयत्येव।**

தீங்கு செய்பவனுக்கு மதிப்பளித்தால் அது பிரச்சனையாக அமையும்

205 **चन्दनानपि दावोऽग्निर्दहत्येव।**

காட்டுத்தீ சந்தன மரத்தையும் எரிக்கும்

206. **कदाऽपि पुरुषं नावमन्येत्।**

ஒரு மனிதனை அவமதிக்ககூடாது

(CHANAKYA NEETI - TAMIL)

207. **क्षन्तव्यमिति पुरुषं न बाधेत्।**

மன்னிப்பு கோரும் மனிதனை வருத்தப்பட வைக்ககூடாது

208. **भर्त्राधिकं रहस्ययुक्तं वक्तुमिच्छन्त्यबुद्धय:।**

முட்டாள்கள் அவர்கள் எஜமானர் கூறிய இரகசியங்களை வெளியில் கூறிவிடுவார்கள்

209. **अनुरागस्तु फलेन सूच्यते।**

உண்மையான அன்பு வார்த்தைகளால் அல்லது செயல்களால் வெளிப்படும்

210. **आज्ञाफलमैश्वर्यम्।**

நல்ல செல்வ வளத்தின் பலன் நல்ல ஒழுங்குமுறையாகும்

211. **दातव्यमपि बलिश: क्लेशेन दास्यति।**

ஒரு முட்டாள் தனக்கு தர்மம் செய்பவர்களுக்கும் துன்பம் அளிப்பான்

212. **महदैश्वर्यं प्राप्याप्यधृतिमान् विनश्यति।**

பொறுமையற்ற மனிதன் ஆடம்பர வாழ்வில் ஈடுபட்டு அழிந்துவிடுவான்

213. **नास्त्यधृतेरैहिकामुष्मिकम्।**

பொறுமையற்ற மனிதனுக்கு நிகழ்காலம், எதிர்காலம் ஏதுமில்லை

214. **न दुर्जनै: सह संसर्ग: कर्तव्य:।**

ஒருவன் தீய மனிதர்களிடமிருந்து எப்போதும் விலகியிருக்க வேண்டும்

215. **शौण्डहस्तगतं पयोऽप्यवमन्यते।**

ஒரு குடிகாரன் கொடுக்கும் பாலைக்கூட நாம் ஏற்றுக்கொள்ளகூடாது

216. **कार्यसंकटेष्वर्थव्यवसायिनी बुद्धि:।**

ஒருவரது அறிவுத்திறம் அவரது கடினமான நேரத்தில் வழிநடத்தும்

217. **मितभोजनं स्वास्थ्यम्।**

குறைவான அளவு உணவு உண்பது உடல் நலத்துக்கு நல்லது

218. **पथ्यमपथ्यं वाऽजीर्णे नाश्नीयात्।**

மலச்சிக்கல் உள்ள நேரத்தில் நாம் சுலபமாக செரிக்கும் உணவைக்கூட உண்ணக்கூடாது

219. **जीर्णभोजिनं व्याधिर्नोपि सर्पितः।**

நன்றாக உணவு செரிமானமாகும் ஒருவனுக்கு எந்த நோயும் வருவதில்லை

220. **जीर्णभोजिनं व्याधिर्नोपि सर्पितः।**

வயதான காலத்தில் சிறு நோயைகூட உதாசீனம் செய்யக்கூடாது

221. **अजीर्णे भोजनं दुःखम्।**

செரிக்காத உணவு துன்பத்தை தரும்

222. **शत्रोरपि विशिष्यते व्याधिः।**

நோய் பகைவனைவிட கொடியது

223. **दानं निधानमनुगामि।**

பாத்திரம் அறிந்து பிச்சையிட வேண்டும்

224. **पदुतरे तृष्णापरे सुलभमतिसन्धानम्।**

ஒரு புத்திசாலியும், பேராசைக்காரனும் சுய நலத்துக்காக வீணாக நட்பை வளர்த்துக்கொள்வார்கள்.

225. **तृष्णया मतिश्छाद्यते।**

பேராசை அறிவை பாதிக்கும்

226. **कार्यबहुत्वे बहफलमायतिकं कुर्यात्।**

நம்மிடம் பயன் தரக்கூடிய பல பணிகள் இருந்தால் அதில் சிறந்ததை முதலில் செய்ய வேண்டும்.

227. **स्वयमेवावस्कन्नं कार्यं निरीक्षेत्।**

நின்று போன பணியை சுய மதிப்பீடு செய்து அது நம்மால் கெட்டதா அல்லது பிறரால் கெட்டதா என்பதை அறிய வேண்டும்

228. **मूर्खेषु साहसं नियतम्।**

முட்டாள்களுக்கு நிச்சயம் தைரியம் இருக்கும்

229. **मूर्खेषु विवादो न कर्तव्यः।**

முட்டாள்களுடன் வாக்குவாதம் செய்யக்கூடாது

230. **मूर्खेषु मूर्खवत् कथ्येत्।**

முட்டாள்களுடன் அவர்கள் மொழியிலேயே பேச வேண்டும்

231. **आयसैरावसं छेद्यम्।**

இரும்பை இரும்பால் தான் அறுக்க முடியும்

232. **नास्त्यधीमतः सखा।**

முட்டாள்களுக்கு நண்பர்கள் யாரும் இருப்பதில்லை

233. **धर्मेण धार्यते लोकः।**

மதம் ஒரு மனிதனை தாங்குகிறது

234. **प्रेतमपि धर्माधर्मावनुगच्छतः।**

மதமும், மதமின்மையும் சாவில் கூட நம்மைவிட்டுச் செல்வதில்லை.

235. **दया धर्मस्य जन्मभूमिः।**

கருணைதான் ஒரு மதத்தின் தாய்நாடு

236. **धर्ममूले सत्यदाने।**

மதம் மற்றும் தெய்வபக்தி உண்மையையும், தர்மத்தையும் அடிப்படையாக கொண்டது

237. **धर्मेण जयति लोकान्।**

ஒரு மனிதன் மதத்தினால் உலகை வெல்லலாம்

238. **मृत्युरपि धर्मिष्ठं रक्षति।**

சமய ஈடுபாடுடைய மனிதன் இறந்த பின்னும் உயிர்வாழ்கிறான்

239. **तद्विपरीतं पापं यत्र प्रसज्यते तत्र धर्मावमतिर्महती प्रसज्यते।**

எங்கு தீமை நிறைந்துள்ளதோ அங்கு மதம் அவமதிப்பு செய்யப்படுகிறது

240 **उपस्थितविनाशानां प्रकृत्याकारेण लक्ष्यते।**

நிகழ்காலத்தில் உள்ள இயற்கை பேரழிவுகளுக்கான அறிகுறிகள் முன்னதாகவே தெரிந்துவிடும்

241. **आत्मविनाशं सूचयत्यधर्मबुद्धिः।**

நேர்மையில்லாத அறிவுத்திறம் தன்னைதானே அழித்துவிடும்

242. **पिशुनवादिनो न रहस्यम्।**

நம் முதுகில் குத்துபவனிடம் (புறம் பேசுபவன்) எந்த

இரகசியத்தையும் சொல்லக்கூடாது

243. **पर रहस्यं नैव श्रोतव्यम्।**

பிறரின் இரகசியங்களை தெரிந்துகொள்ளக்கூடாது

244. **वल्लभस्य कारकत्वधर्म युक्तम्।**

ஒரு முதலாளி (தலைவன்) தன் கீழ் பணிபுரிபவர்களிடம் நட்பாக இருந்தால் அவர்கள் அகந்தை கொண்டவர்களாக மாறி துன்பம் விளைவிப்பார்கள்

245. **स्वजनेष्वतिक्रमो न कर्तव्यः।**

ஒருவன் தன் உறவினர்களை அவமதிக்ககூடாது

246. **माताऽपि दुष्टा त्याज्या।**

நம் தாய் தீயவளாக இருந்தால் அவளை நாம் விலக்க வேண்டும

247. **स्वहस्तोऽपि विषदग्धश्छेद्यः।**

தீயவற்றை செய்யும் கரங்கள் வெட்டப்படவேண்டும்

248. **परोऽपि च हितो बन्धुः।**

ஒரு அறிமுகமற்றவன் நமக்கு உதவி செய்தால் அவனை நம் சகோதரனாக மதிக்கவேண்டும்

249. **कक्षादत्यौबधं गृह्यते।**

வரண்ட காட்டில் கூட நமக்கு மருந்து கிடைக்கும்

250. **नास्ते चौरेषु विश्वासः।**

திருடர்களை நம்பக்கூடாது

251. **अप्रतीकारेष्वनादरो न कर्तव्यः।**

சோகத்தில் இருக்கும் பகைவனை சீண்டக்கூடாது

252. **व्यसनं मनागपि बाधते।**

சிறிய தீமை கூட துன்பம் அளிக்கும்

253. **अमरवदर्थजातमर्जयेत्।**

ஒருவன் செல்வத்தை சேர்க்கும் போது தன்னை அழிவற்றவனாக நினைத்துக்கொள்ள வேண்டும்.

254. **अर्थवानम् सर्वलोकस्य बहुमतः।**

செல்வந்தனை இந்த உலகமே மதிக்கும்

255. **महेन्द्रयष्यर्थहीनं न बहु मन्यते लोकः।**

ஒரு வலிமையான அரசன் ஏழையானால் இந்த உலகம் மதிக்காது.

256. **दारिद्र्यं खलु पुरुषस्य जीवितं मरणम्।**

ஏழ்மை என்பது வாழும்போதே சாவதற்கு சமம்

257. **विरूपोऽर्थवान् सुरूपः।**

அருவருப்பான தோற்றம் உடைய ஒருவன் செல்வந்தனாக இருந்தால் அவன் மிகவும் அழகானவனாக தெரிகிறான்.

258. **अदातारमप्यर्थवन्तर्थिनो न त्यजन्ति।**

பணத்தை கேட்கும் மனிதர்கள் ஒரு செல்வம் மிக்க கருமியை கூட விட்டுவைப்பதில்லை.

259. **अकुलीनोऽपि धनी कुली कुलीनाद्विशिष्टः।**

இழிவான குடும்பத்தில் பிறந்தாலும் செல்வம் உடைய ஒருவன் உயர் குடியில் பிறந்தவனைவிட மேலானவன்.

260. **नास्त्यवमानभयमनार्यस्य।**

இழிவான மனிதன் அவமானத்துக்கு அஞ்சுவதில்லை

261. **न चेतनवतां वृत्तिर्भयम्।**

திறமையுள்ள மனிதர்கள் தங்கள் பிழைப்பை பற்றி அஞ்சுவதில்லை

262. **न जितेन्द्रियाणां विषयभयम्।**

தங்கள் புலன்களை கட்டுப்பாட்டில் வைத்திருக்கும் மக்கள் புலனின்பத்தை பற்றி அஞ்சுவதில்லை

263. **न कृतार्थानां मरणभयम्।**

நேர்மையானவர்கள் மரணத்தை கண்டு அஞ்சுவதில்லை

264. **कस्यचिदर्थं स्वमिव मन्यते साधुः।**

உயர்ந்த மனிதன் பிறரின் சொத்தை தன் சொத்து போல் பாதுகாப்பான்.

265. **परविभवेष्वादरो न कर्तव्यः।**

ஒருவன் மற்றவர்களின் செல்வத்தை கண்டு பொறாமைப்படக்கூடாது

266. **परविभवेष्वादरोऽपि नाशमूलम्।**

மற்றவர்களின் செல்வத்தைக் கண்டு பொறாமைப்படும் ஒருவன் அழிந்துவிடுவான்.

267. **अल्पमपि पर द्रव्यं न हर्तव्यम्।**

ஒருவன் பிறருடைய சிறு பொருளைக்கூட திருடக்கூடாது

268. **परद्रव्यापहरणमात्मद्रव्यनाशहेतुः।**

பிறர் சொத்தை திருடுவது தன் சொத்தை தானே அழிப்பது போலாகும்.

269. **न चौर्यात्परं मृत्युपाशः।**

திருடுவதைவிட இறப்பதே மேல்

270. **यवागूरपि प्राणधारणं करोति लोके।**

வறண்ட தானியங்கள் கொண்ட உணவு கூட ஒருவனது உயிரைக்காக்கும்.

271. **न मृतस्यौषधं प्रयोजनम्।**

இறந்துவிட்ட மனிதனுக்கு மருந்தால் உபயோகமில்லை

272. **समकाले स्वयमपि प्रभुत्वस्य प्रयोजनं भवित।**

எப்போதும் விழிப்புணர்வுடன் இருந்தால் நமக்கு வெற்றி கிடைக்கும்

273. **नीचस्य विद्याः पापकर्मणि योजयन्ति।**

நிலையற்ற மனம் கொண்ட ஒருவனுக்கு திறமை பாவச்செயல்களை அதிகரிக்கும்.

274. **पयःपानमपि विषवर्धन भुजंगस्य नामृतं स्यात्।**

நாம் பாம்புக்கு பாலை வாாத்தால் கூட அதன் விஷம்தான் அதிகரிக்கும்.

275. **न हि धान्यसमो ह्यर्थः।**

உணவு தானியங்களைப் போன்ற செல்வம் வேறு எதுவுமில்லை

276. **न क्षुधासमः शत्रुः।**

பசியைப் போன்ற பகைவன் வேறில்லை

277. **अकृतेर्नियताक्षुत्।**

ஒரு சோம்பேறி பசியால் இறப்பான் என்பது அவன் தலைவதி

278. **नास्त्यभक्ष्यं क्षुधितस्य।**

பசியால் வாடுபவனுக்கு உண்ணமுடியாதது ஒன்றுமில்லை

279. **इन्द्रियाणि जरावशं कुर्वन्ति।**

நமது புலன்கள் அடங்கிவிடுவதால் நாம் வயதான காலத்தில் கட்டுப்பாட்டுடன் இருக்கிறோம்.

280. **सानुक्रोशं भर्तारमाजीवेत्।**

தன் பணியாளின் துன்பத்தையும், சோகத்தையும் அறிந்த ஒருவன் சேவைகளை பெற தகுதி அடைகிறான்.

281. **लुब्धसेवी पावकेच्छया खद्योतं धमति।**

கடுமையான தலைவனிடம் வேலை செய்யும் ஒருவன் மின்மினி பூச்சியிடமிருந்து நெருப்பு உண்டாக்குவான்.

282. **विशेषज्ञ स्वामिनमाश्रयेत्।**

திறமையான தலைவனின் ஆதரவை ஒருவன் பெற வேண்டும்.

283. **पुरुषस्य मैथुनं जारा।**

அதிகமாக கலவி செய்யும் ஒருவன் விரைவில் முதுமை அடைகிறான்.

284. **स्त्रीणां अमैथुनं जरा।**

பெண்கள் கலவி செய்யாவிட்டால் விரைவில் முதுடை அடைவார்கள்

285. **न नीचोत्तमयोर्विवाहः।**

ஒரு நல்ல மனிதன் இழிவான பெண்ணை மணக்ககூடாது

286. **अगम्यागमनादायुर्यशश्च पुण्यानि क्षीयन्ते।**

ஒரு மனிதன் தகாத பெண்கள் மற்றும் சிறு வயது பெண்களுடன் உடலுறவு கொண்டால் அவன் தன் வயது, புகழ் மற்றும் ஒழுக்கத்தை இழக்கிறான்.

287. **नास्त्यहंकार समः शत्रुः।**

தற்ப்புகழ்சியை விட பெரிய பகைவன் வேறொன்றுமில்லை

288. **संसदि शत्रु न परिक्रोशेत्।**

ஒரு மனிதன் ஓர் சபையில் வைத்து தன் பகைவன் மேல் உள்ள கோபத்தை வெளிக்காட்டக்கூடாது.

289. शत्रुव्यसनं श्रवणसुखम्।

290. अधनस्य बुद्धिर्न विद्यते।

தன் பகைவன் பற்றி கெட்ட செய்திகளை கேட்டால் ஒருவன் மகிழ்ச்சியடைகிறான்

291. हितमप्यधनस्य वाक्य न शृणोति।

ஒரு ஏழைக்கு புத்திசாலிதனம் இருக்காது

292. अधनः स्वभार्ययाप्यवमन्यते।

ஒரு ஏழை கூறும் பயனுள்ள சொற்களைக்கூட யாரும் கேட்க தயாராக இல்லை

293. पुष्पहीनं सहकारमपि नोपासते भ्रमराः।

ஒரு ஏழை தன் மனைவியால் கூடஅவமதிக்கப்படுகிறான்

294. विद्या धनमधनानाम्।

ஒரு சிறய பூக்களற்ற மாமரத்தை தேனீக்கள் கூட நெருங்குவதில்லை

295. विद्या चौरैरपि न ग्राह्या।

ஒரு ஏழையின் செல்வம் அவனது அறிவு

296 विद्या ख्यापिता ख्यातिः।

அறிவை கொள்ளையடிக்க முடியாது

297 यशः शरीरं न विनश्यति।

அறிவு புகழை பரப்பும்

298 यः परार्थमुपसर्पति स सत्पुरुषः।

புகழ்பெற்றவன் என்றும் அழிவதில்லை

299 इन्द्रियाणां प्रशम शास्त्रम्।

பிறர் நலனில் அக்கறையுள்ள ஒருவன் உயர்ந்த மனிதனாகிறான்

300. अशास्त्रकार्यवृत्तौ शास्त्राकुशं निवारयति।

நமது புலன்களை அமைதியாக வைத்திருப்பதுதான் புத்திசாலித்தனம்

301 नीचस्य विद्या नोपेतव्या।

தீயவை பரவும் போது சட்டம் அதன் ஆதிக்கத்தை கட்டுப்படுத்தும்.

302 **म्लेच्छभाषण न शिक्षेत्।**

இழிவான மனிதனின் திறமைகளை நாம் பின்பற்றக்கூடாது

303 **म्लेच्छानामपि सुवृत्तं ग्राह्यम्।**

காட்டுமிராண்டிகளின் மொழியை நாம் கற்கக்கூடாது

304 **गुणे न मत्सरः कार्यः।**

காட்டுமிராண்டிகளின் நல்ல பண்புகளை கூட நாம் பின்பற்றலாம்.

305 **शत्रोरपि सुगुणो ग्राह्यः।**

நல்ல பண்புகளைக் கற்க சோம்பல்படக்கூடாது

306 **विषादप्यमृतं ग्राह्यम्।**

பகைவனின் நல்ல பண்புகளை நம் கருத்தில் கொள்ளலாம்

307 **अवस्थया पुरुषः सम्मान्यते।**

விஷத்திலிருந்து கூட அமுதத்தை எடுக்கலாம்

308 **स्थान एव नरा पूज्यन्ते।**

ஒரு மனிதன் தன் திறமையால் புகழ் பெறுகிறான்

309 **आर्यवृत्तमनुतिष्ठेत।**

மனிதர்கள் அவர்களின் நல்ல பண்புகளால் வணங்கப்படுகிறார்கள்.

310 **कदापि मर्यादां नातिमेत्।**

நமது நன்னடத்தை அழியால் பேண வேண்டும்

311 **नास्त्यर्थ पुरुष रत्नस्य।**

எப்போதும் எல்லை மீறக்கூடாது

312 **न स्त्रीरत्नसमं रत्नम्।**

ஒரு நல்ல மனிதன் விலைமதிக்கமுடியாத இரத்தினம் போல மதிக்கப்படுகிறான்.

313 **सुदुर्लभं रत्नम्।**

பெண்ணை போன்ற ஒரு இரத்தினமில்லை

314 **अयशो भयं भयेषु।**

ஒரு இரத்தினத்தை அடைவது கடினம்

315 **नास्त्यलसस्य शास्त्रगमः।**

இகழ்ச்சியே மிகவும் மோசமான அச்சம்

316 **न स्त्रैणस्य स्वर्गाप्तिर्धर्मकृत्यं च।**

ஒரு சோம்பேறியால் வேதங்களை படிக்கமுடியாது

317 **स्त्रियोऽपि स्त्रैणमवमन्यते।**

பெண்ணின் குணாதிசயம் கொண்ட ஒருவனிடம் நல்ல அனுபத்தையும் மத சம்பந்தமான நல்லிணக்கத்தையும் எதிர்பார்க்கமுடியாது

318 **न पुष्पार्थी सिञ्चति शुष्कतरुम्।**

அவ்வாறு உள்ள மனிதனை ஒரு பெண் கூட மதிக்கமாட்டாள்

319 **अद्रव्यप्रयत्नो बालुकाक्वथानादनन्यः।**

பூக்களை எதிர்பார்க்கும் ஒருவன் காய்ந்த செடிக்கு நீர் ஊற்றக்கூடாது

320 **न महाजनहासः कर्तव्यः।**

வருமானமில்லாத ஒரு வேலையை செய்வது மணலிலிருந்து எண்ணெய் எடுப்பதற்கு சமம்

321 **कार्यसम्पदं निमित्तानि सूचयन्ति।**

உயர்ந்த மனிதனை அவமதிக்ககூடாது

322 **नक्षत्रादपि निमित्तानि विशेषयन्ति।**

ஒரு பணியின் வெற்றி தோல்வியைப் பற்றி அறிகுறிகள் முன்னதாகவே தெரிந்துவிடும்

323 **न त्वरितस्य नक्षत्रपरीक्षा।**

நட்சத்திரங்களை கொண்டு எதிர்காலத்தில் வரும் வெற்றி தோல்விகளை அறியலாம்.

324 **परिचये दोषा न छाद्यन्ते।**

தன் பணியில் வெற்றி பெற விரும்பும் ஒருவன் நட்சத்திரங்களை கொண்டு தன் அதிர்ஷ்டத்தை கணிக்கமாட்டான்

325 **स्वयमशुद्धः परानाशङ्कते।**

ஆரம்பத்திலேயே குறைகளை மறைக்க முடியாது

326 **स्वभावो दुरतिक्रमः।**

பரிசுத்தமில்லாத ஒருவன் பரிசுத்தமான மனிதனைக்கூட சந்தேகப்படுவான்

327 **अपराधानुरूपो दण्ड:।**

ஒருவனின் நடத்தையை மாற்றமுடியாது

328 **कथानुरूपं प्रतिवचनम्।**

குற்றத்தைப் பொறுத்து தண்டனை வழங்கவேண்டும்

329 **विभवानुरूपमाभरणम्।**

கேள்விக்கு ஏற்றவாறு பதில் இருக்கவேண்டும்

330 **कुलानुरूपं वृत्तम्।**

ஒருவன் அவன் தகுதிக்கேற்றவாறு நகைகள் அணியவேண்டும்

331 **कार्यानुरूप: प्रयत्न:।**

ஒருவனின் நடத்தை அவன் குடும்பத்தின் நிலைக்கேற்றவாறு இருக்கவேண்டும்

332 **पात्रानुरूपं दानम्।**

பணிக்கு தகுந்தவாறு முயற்சிகள் இருக்கவேண்டும்

333 **वयोऽनुरूप: वेष:।**

ஒருவனது குணநலனுக்கு ஏற்றவாறு அவனுக்கு தர்மம் செய்ய வேண்டும்

334 **स्वाम्यनुकूलो भृत्य:।**

ஒருவன் அவன் வயதுக்கு ஏற்றவாறு உடையணிய வேண்டும்

335 **गुरुवशानुवर्ती शिष्य:।**

ஒரு பணியாள் அவன் முதலாளிக்கு ஏற்றவாறு வேலை செய்ய வேண்டும்

336 **भर्तृशानुवर्तिनी भार्या।**

ஒரு மாணவனின் நடத்தை அவனது ஆசிரியருக்கு ஏற்றவாறு இருக்கவேண்டும்

337 **पितृवशानुवर्ती पुत्र:।**

ஒரு மனைவி அவன் கணவனுக்கு ஏற்றவாறு நடந்துகொள்ள வேண்டும்.

338 **अत्युपचार: शंकितव्य:।**

ஒரு மகன் தந்தைக்கு ஏற்றவாறு நடந்துகொள்ள வேண்டும்.

339 **स्वामिनमेवानुवर्तेत।**

ஒருவன் அதிகமாக சம்பிரதாயங்களை கண்டால் சந்தேகப்படவேண்டும்

340 **मातृताडितो वत्सो मातरमेवानुरोदिति।**

ஒரு பணியாளன் அவன் முதலாளிக்கு அடிபணிய வேண்டும்

341 **स्नेहवत स्वल्पो हि रोषः।**

தாயால் அடிக்கப்பட்ட குழந்தை அவள் முன் அழும்

342 **आत्मछिद्रं न पश्यति परिछिद्रमेव पश्यति बालिशः।**

ஒரு ஆசிரியரின் கோபத்தில் பாசம் இருக்கும்

343 **सोपचारः कैतवः।**

ஒரு முட்டாளுக்கு மற்றவர்களின் குறைகள் தெரியும், தன்னுடைய குறைகள் தெரியாது.

344 **काम्यैर्विशेषैरूपचरणमुपचारः।**

போக்கிரிகள் மிகவும் நேர்மையற்ற பணியாளராக இருப்பார்கள்

345 **चिरपरिचितानामत्युपचारः शंकितव्यः।**

திறமையுடைய பணியாட்கள் அவர்கள் முதலாளிக்கு அவர்கள் விரும்பும் பொருளை கொடுத்து சேவை செய்வர்

346 **गौर्दुष्करा श्वसहस्त्रादेकाकिनी श्रेयसी।**

நமது பழைய நண்பர்களும், உறவினர்களும் அளிக்கும் அதிகமான மரியாதை சந்தேகத்திற்குரியது.

347 **श्वो मयूराद्य कपोतो वरः।**

பிடிவாதம் உடைய ஒரு பசு ஆயிரம் நாய்களைவிட மேலானது

348 **अतिसंगो दोषमुत्पादयति।**

இன்று கிடைத்த புறா நாளை கிடைக்கபோகும் மயிலைவிட மேலானது

349 **सर्व जयत्यक्रोधः।**

அளவுக்கு அதிகமான பாசம் குறைகளை உண்டாக்கும்.

350 **यद्यपकारिणि कोपः कोपे कोप एवं कर्तव्यः।**

கோபத்தை வெளிகாட்டாத ஒருவன் அனைவரின் அன்பையும் வெல்கிறான்.

351 **मतिमत्सु मूर्खमित्रगुरुवल्लभेषु विवादो न कर्तव्यः।**

நமது கோபத்தை ஒரு திறமையான மனிதன் கோபத்தை வெளிபடுத்தும் சமயத்தில் வெளிபடுத்த வேண்டும்

352 **नस्त्यपिशाचमैश्वर्यम्।**

ஒரு முட்டாள், அறிவாளி, நண்பன், ஆசிரியர் மற்றும் நம் தலைவனிடம் வாக்குவாதம் செய்யக்கூடாது

353 **नास्ति धनवतां शुभकर्मसु श्रमः।**

கவர்ச்சி என்பது குறைகளற்றதல்ல

354 **नास्ति गतिश्रमो यानवताम्।**

செல்வந்தர்கள் தெய்வ பக்தியுள்ள காரியங்களில் ஈடுபட மாட்டர்கள், அப்படி செய்தால் அதற்கு ஒரு சுய நலமான நோக்கம் இருக்கும்.

355 **अलौहमयं निगडं कलत्रम्।**

வாகனத்தை உபயோகிப்பவர்கள் நடந்து சென்று கஷ்டப்படமாட்டர்கள்

356 **यो चरित्रकुशलः सतस्मिन् योक्तव्यः।**

மனைவி என்பவள் இரும்பில்லாத தளை போன்றவள்

357 **दुष्टकलत्रं मनस्विनां शरीरकर्शनम्।**

ஒரு மனிதனிடம் அவனுக்கு தனித்திறமையுள்ள பணியைத்தான் கொடுக்கவேண்டும்.

358 **अप्रमत्तो दारान्निरीक्षेत्।**

அறிவாளிகளின் கருத்துப்படி மனைவிதான் சோகத்துக்கு காரணம்.

359 **स्त्रीषु किञ्चिदपि न विश्वसेत्।**

மனைவியை மிகவும் கவனத்துடன் ஆய்வு செய்ய வேண்டும்

360 **न समाधि स्त्रीषु लोकज्ञता च।**

பெண்களை சார்ந்திருக்க கூடாது

361 **गुरुणां माता गरीयसी।**

பெண்களிடம் உலக ஞானமும், நன்நெறிகளும் இருக்காது

362 **सर्वावस्थासु माता भर्तव्या।**

தாய் தான் சிறந்த குரு

363 **वैदुष्यमलंकारेणाच्छाद्यते।**

நாம் எந்த சூழ்நிலையில் நம் தாயை காக்கவேண்டும்

364 **स्त्रीणां भूषणं लज्जा।**

மிகுதியாக உள்ள திறமை நகைகளால் அலங்கரிப்பது போன்றது

365 **विप्राणां भूषणं वेदः।**

நாணம் என்பது பெண்களுக்குஆபரணம் போன்றதாகும்.

366 **सर्वेषां भूषणं धर्मः।**

புனிதமான வேதங்கள் ஆச்சரியார்களுக்கு அணிகலன் போன்றது

367 **अनुपद्रवं देशभावसेत।**

மதம் என்பது அனைவருக்கும் அணிகலன் போன்றது

368 **साधु जल बहुलो देशः।**

தீவிரவாதிகள் இல்லாத நாட்டில் வாழவேண்டும்

369 **राज्ञो भेतव्यं सार्वकालम्।**

ஒரு நல்ல நாடு உயர்ந்த மனிதர்களை கொண்டிருக்கும்

370 **न राज्ञः परं दैवतम्।**

ஒருவன் எப்போதும் அரசனைக் கண்டு அஞ்சவேண்டும்

371 **सुदूरमपि दहति राजवह्नि।**

ஒரு அரசன் சிறந்த தேவனாவான்

372 **रिक्तहस्तो न राजानमभिगच्छेत्।**

ஒரு அரசனின் கோபத்தீ மிகவும் வலிமையான. அது தீயவைகளை எரித்துவிடும்

373 **गुरुं च दैवं च।**

ஒரு அரசனை சந்திக்கும்போது வெறும் கையுடன் செல்லக்கூடாது

374 **कुटुम्बिनो भेतव्यम्।**

கோயிலுக்கு செல்லும் போதும், குருவை சந்திக்கும் போதும் வெறும் கையுடன் செல்லக்கூடாது

375 **गन्तव्यं च सदा राजकुलम्।**

அரச குடும்பத்தை கண்டு பொறாமைப்படக்கூடாது

376 **राजपुरुषैः सम्बन्धं कुर्यात्।**

அரச் குடும்பத்துக்கு அடிக்கடி செல்ல வேண்டும்

377 **राजदासी न सेवितव्या।**

உயர்ந்த மனிதர்களிடம் நாம் பழக்கம் வைத்து கொள்ள வேண்டும்

378 **न चक्षुषाऽपि राजातं निरीक्षेत्।**

அரச குடும்பத்தில் பணி செய்யும் பெண்ணிடம் பழக்ககூடாது

379 **पुत्रे गुणवति कुटुम्बिनः स्वर्गः।**

போற்றத்தக்க மகன் இருந்தால் அந்தக் குடும்பம் மகிழ்சியாக இருக்கும்

380 **पुत्राः विद्यानां पारं गमयितव्या।**

ஒரு பிள்ளை அனைத்து துறையிலும் திறமை பெற்றிருக்க வேண்டும்

381 **जनपदार्थं ग्रामं त्यजेत्।**

ஒருவன் தனது நாட்டுக்காக தன் கிராமத்தை விட்டு விலகலாம்.

382 **ग्रामार्थं कुटुम्बं त्यजेत्।**

ஒருவன் தனது கிராமத்துக்காக தன் உறவினர்களை விட்டு விலகலாம்.

383 **अतिलाभः पुत्रलाभः।**

ஒரு மகளை பெற்றெடுப்பது நல்ல புண்ணியமாகும்.

384 **दुर्गतेः पितरौ रक्षित स पुत्रः।**

ஒரு மகன் தன் பெற்றோரின் துன்பத்தை போக்க எப்போதும் முயற்சி செய்வான்

385 **कुलं प्रख्यापयति पुत्रः।**

ஒரு சிறந்த மகன் குடும்பத்திற்கு பெருமை சேர்ப்பான்

386 **नानपत्यस्य स्वर्गः।**

பிள்ளையில்லாத ஒருவன் சொர்கத்திற்கு போகமுடியாது

387 **या प्रसूते सा भार्या।**

ஒரு அழகான பிள்ளையை பெற்றெடுப்பவளே சிறந்த மனைவி

388 **तीर्थसमवाये पुत्रवतीमनुगच्छेत्।**

ஒரு அரசனின் ராணிகள் பலர் ஒரே சமயத்தில் மாதவிடாய் கொண்டிருந்தால், அவன் அவர்கள் குழந்தையுடன் இருக்கும் மனைவியிடம் செல்லவேண்டும்

389 **सतीर्थगमनाद् ब्रह्मचर्यं नश्यति।**

மாதவிடாய் பொழுதில் உடலுறவில் ஈடுபட்டால் மனத்துறவு அழிந்துவிடும்.

390 **न परक्षेत्रे बीजं विनिक्षिपेत।**

மனைவியைத் தவிர வேறு பெண்ணுடன் உறவு கொள்ளக்கூடாது.

391 **पुत्रार्था हि स्त्रियः।**

பெண் இரத்தினங்கள் போல பிள்ளைகளைப் பெற்றெடுப்பாள்

392 **स्वदासी परिग्रहो हि दासभावः।**

நமது பணிப்பெண்ணுடன் உறவுகொள்வது அவளுக்கு நாம் அடிமையாகிவிட்டதற்கு சமம்

393 **उपस्थितविनाशः पथ्यवाक्यं न शृणोति।**

அழிவு வரும் நேரத்தில் ஒருவனுக்கு நல்ல எண்ணங்கள் வராது

394 **नास्ति देहिनां सुखदुःखभावः।**

வாழ்க்கை என்னும் ஓடத்தில் இன்பமும் துன்பமும் மாறி மாறி வரும்.

395 **मातरमिव वत्साः सुखदुःखानि कर्तारमेवानुगच्छन्ति।**

ஒரு தாயை பிள்ளைகள் தொடர்ந்து செல்வது போல ஒரு மனிதனை இன்பமும் துன்பமும் மாறி மாறி துரத்தும்

396 **तिलमात्रप्युकारं शैलषन्मन्यते साधुः।**

உயர்ந்த மனிதனுக்கு செய்த சிறிய உதவியைக்கூட அவன் பெரிய உதவியாகக் கருதுவான்

397 **उपकारोऽनार्येष्वकर्तव्यः।**

ஒரு வஞ்சகமுள்ள மனிதனுக்கு எந்த உதவியும் செய்யக்கூடாது

398 **प्रत्युपकारभयादनार्यः शत्रुर्भवति।**

ஒரு வஞ்சகமுள்ள மனிதேனுக்கு உதவி செய்தால், அவன் நன்றி காட்டாமல் நம் பகைவனாக மாறிவிடுவான்

399. **स्वल्पमप्युपकारकृते प्रत्युपकार कर्तुमार्यो स्वपिति।**

உயர்ந்த மனிதன் பிறர் செய்த உதவியை என்றும் மறக்கமாட்டான்

400 **न कदाऽपि देवताऽवमन्तव्या।**

தேவர்களை நாம் எப்போதும் அவமதிக்ககூடாது

401 **न चक्षुषः समं ज्योतिरस्ति।**

கண்களைப் போன்ற சிறந்த ஒளியில்லை

402 **चक्षुर्हि शरीरिणां नेता।**

சாதரண மக்களின் வழிகாட்டி கண்கள்

403 **अपचक्षुः किं शरीरेण।**

கண்கள் இல்லாத உடலை வைத்துக்கொண்டு எதுவும் செய்யமுடியாது

404 **नाप्सु मूत्रं कुर्यात्।**

தண்ணீரில் சிறுநீர் கழிக்ககூடாது

405 **न नग्नो जलं प्रविशेत्।**

ஒருவன் ஆடையில்லாமல் நீரில் முங்கக்கூடாது

406. **यथा शरीरं तथा ज्ञानम्।**

ஒருவன் அவன் உடலுக்கு தகுந்தவாறு அறிவு பெறுகிறான்

407 **यथा बुद्धिस्तथा विभवः।**

ஒருவன் தன் அறிவுக்கேற்ற புகழைப் பெறுகிறான்

408 **अग्नावग्निं न निक्षिपेत।**

நாம் நெருப்பை பரப்பக்கூடாது

409 **तपस्विनः पूजनीया।**

துறவிகள் மரியாதைகுரியவர்கள்

410 **परदारान् न गच्छेत।**

மனைவியைத் தவிர பிற பெண்களிடம் உறவு கொள்ளக்கூடாது.

411 **अन्नदानं भ्रूणहत्यामपि मार्ष्टि।**

தானியங்களை தர்மம் செய்தால் கருக்கலைப்பு செய்த பாவத்திலிருந்து விமோசனம் அடையலாம்

412 **न वेदबाह्यो धर्मः।**

மதம் வேதங்கலிடமிருந்து வேறுபட்டதல்ல

413 **कदाचिदपि धर्मं निषेवेत।**

மதம் அல்லது நல்வழியை ஏதேனும் ஒரு சமயத்தில் நாம் பின்பற்ற வேண்டும்

414 **स्वर्गं नयति सुनृतम्।**

உண்மையான நடத்தை ஒருவனுக்கு சொர்க்கம் செல்லும் வரமளிக்கும்.

415 **नास्ति सत्यात्परं तपः।**

உண்மையைப் போன்ற துறுவு வெறொன்றுமில்லை

416 **नास्ति सत्यात्परं तपः।**

உண்மைதான் சொர்கத்துக்கு செல்லும் ஒரே வழி

417. **सत्येन धार्यते लोकः।**

ஒருவன் உண்மையை பேசினால் மட்டுமே மகிழ்ச்சி அடைவர்

418 **सत्याद् देवो वर्षति।**

தேவர்கள் உண்மையை பேசினால் மட்டுமே மகிழ்ச்சி அடைவர்

419 **नानृतात्पातकं परम्।**

பொய் சொல்வது போல பாவச் செயல் வேறொன்றுமில்லை

420 **न मीमांसयः गुरवः।**

ஆசிரியர்களை நாம் பரிகாசம் செய்யக்கூடாது

421 **खलत्वं नोपेयात्।**

தீய எண்ணங்களை ஏற்றுக்கொள்ளவோ / பின்பற்றவோ கூடாது

422 **नास्ति खलस्य मित्रम्।**

தீய மனிதனுக்கு நண்பர்கள் யாரும் இருப்பதில்லை

423 **लोकयात्रा दरिद्रं बाधते।**

சமூகத்தில் பழகாத காரணத்தால் ஒரு ஏழை வருத்தப்படுகிறான்

424 **अतिशूरो दानशूरः।**

தர்மம் செய்பவன் தைரியசாலியாக இருக்கிறான்

425 **गुरुदेवब्राह्मणेषु भक्तिर्भूषणम्।**

குரு, தேவன், மதகுரு ஆகியோருக்கு நாம் காட்டும் அர்பணிப்பு உண்மையான ஆபரணம்

426 **सर्वस्य भूषणं विनयः।**

பணிவே சிறந்த ஆபரணம்.

427 **अकुलीनोऽपि विनीतः कुलीनाद्विशिष्टः।**

ஒரு பணிவான ஆனால் நாகரிகமற்ற மனிதன், பணிவற்ற நாகரிகமான மனிதனைவிட மேல்

428 **अकुलीनोऽपि विनीतः कुलीनाद्विशिष्टः।**

வயதும், புகழும் நல்ல நடத்தையால் உயர்த்தப்படும்

429 **प्रियमप्यहितं न वक्तव्यम्।**

கணிவான வார்தைகள் கூட அது பிறருக்கு விரோதமாக இருக்குமானால் அதை நாம் கூறக்கூடாது

430 **बहुजनविरुद्धमेकं नानुवर्तेत्।**

பலரை விட்டு விட்டு ஒருவரை பின்பற்றக்கூடாது

431 **न दुर्जनेषु भाग्धेयः कर्तव्यः।**

தீய மனிதர்களிடம் கூட்டு சேரக்கூடாது

432 **न कृतार्थेषु नीचेषु सम्बन्धः।**

வஞ்சகமுள்ள மனிதர்களிடம் எந்த சூழ்நிலையிலும் நாம் பழக்கம் வைத்து கொள்ளக் கூடாது.

433 **ऋणशत्रु व्याधिर्निर्विशेषः कर्तव्यः।**

கடன், பகை மற்றும் நோய் ஆகியவை வேரோடு அழிக்கப்பட வேண்டும்.

434 **भूत्यादुर्तनं पुरुषस्य रसायनम्।**

வளமான வாழ்க்கை வாழ்வது ஒருவனுக்கு பயனுள்ளதாக இருக்கும்.

435 **नार्थिष्वज्ञा कार्या।**

நம்மிடம் ஏதேனும் கேட்கும் மனிதனை அவமதிக்ககூடாது

436 **दुष्करं कर्म कारयित्वा कर्तारवमवमन्यते नीचः।**

ஒரு வஞ்சகமான மனிதன் தனக்கு கடினமான நேரத்தில் உதவி செய்பவனைக்கூட அவமதிப்பான்

437 **नाकृतज्ञस्य नरकान्निवर्तनम्।**

ஒரு பாவிக்கு நரகத்தை தவிற வேறு இடமில்லை

438 जिह्वाऽऽयत्तौ वृद्धिविनाशौ।

ஒருவனது வளர்ச்சியும், வீழ்ச்சியும் அவன் நாவில் / பேச்சில் உள்ளது

439 विषामृतयोराकरो जिह्वा।

நாக்கு அமுதம் அல்லது விஷம் உருவாகும் இடமாக உள்ளது

440 प्रियवादिनो न शत्रुः।

இனிமையாக பேசுபவனுக்கு பகைவனில்லை

441 स्तुता अपि देवतास्तुस्यन्ति।

கடவுள் கூட புகழும்போது திருப்தியடைகின்றனர்

442 अनृतमपि दुर्वचनं चिरं तिष्ठति।

அடிப்படையில்லாத விமர்சனங்கள் கூட வெகுநாட்களுக்க மறக்கப்படுவதில்லை

443. राजद्विष्टं न च वक्तव्यम्।

ஒருவன் அரசனை பற்றி தரக்குறைவாக விமர்சனம் செய்யக்கூடாது

444. श्रुतिसुखात् कोकिलालापातुष्यन्ति।

குயிலின் குரல் கேட்பதற்கு இனிமையாக இருக்கும்

445 स्वधर्महेतुः सत्पुरुषः।

உயர்ந்த மனிதர்கள் தங்கள் மதத்துக்காகவும், நல்ல நடத்தைக்காகவும் பாடுபடுவர்

446. नास्त्यर्थिनो गौरवम्।

பணத்தை மட்டும் நேசிக்கும் மனிதனுக்கு மரியாதை கிடைப்பதில்லை

447 स्त्रीणां भूषणं सौभाग्यम्।

நல்ல அதிர்ஷ்டம் ஒரு பெண்ணுக்கு அணிகலன் போன்றது

448 शत्रोरपि न पातनीया वृत्तिः।

நம் பகைவனின் பிழைப்பைக் கூட நாம் கெடுக்க கூடாது

449. अप्रयत्नोदकं क्षेत्रम्।

எங்கு தண்ணீர் மிகுதியாக கிடைக்கிறதோ அந்த இடத்தில் நாம் வாழவேண்டும்.

450 **एरण्डमवलम्ब्य कुञ्जरं न कोपयेत।**

ஒரு பலவீனமானவனுடன் சேர்ந்து பலசாலியுடன் சண்டை போடக்கூடாது

451 **अतिप्रवृद्धा शाल्मली वारणस्तम्भो न भवति।**

வயதான இலவு மரத்தை யானையைக் கடடிவைக்கும் கம்பமாக பயன்படுத்த முடியாது

452 **अतिदीर्घोपि कर्णिकारी न मुसली।**

அரளிச் செடி பெரியதாக இருக்கலாம் ஆனால் அதனை உலக்கையாக பயன்படுத்த முடியாது

453 **अति दीप्तोऽपि खद्योतो न पावकः।**

மின்மின பூச்சிகள் பளீரிடும் ஆனால் அதிலிருந்து நெருப்பு வருவதில்லை

454 **न प्रवृद्धत्व गुणहेतुः।**

உயர்ந்தவர்களுக்கு நல்ல பண்புள்ள பிள்ளைகளே பிறக்காது

455 **सुजीर्णोऽपि पिचमुन्दो न शकुलायते।**

ஒரு வயதான வேப்பமரம் கூட கொட்டை உடைக்க பயன்படாது

456 **यथाबीजं तथा निष्पत्तिः।**

ஒருவன் செயல்பாடு அவன் வம்சத்தை பொறுத்து அமையும்

457 **यथा शृणुतं तथा बुद्धिः।**

ஒருவனது அறிவுத்திறன் அவன் கேட்கும் பேச்சுக்கள் மற்றும் யோசனைகள் மூலம் வளரும்

458 **यथा कुलं तथाऽऽचारः।**

பரம்பரை ஒருவனின் குணங்களின் அடிப்படையாகும்

459 **संस्कृत पिचमन्दो सहकारनवति।**

ஒரு பழுத்த வேப்பம்பழம் கூட மங்கனி போலாகாது

460 **न चागतं सुखं त्यजेत्।**

ஒருவனுக்கு மகிழ்ச்சி வரும் போது அதனை விலக்க கூடாது

461 **स्वयमेव दुःखमधिगच्छति।**

ஒருவன் தன் துன்பத்தை தானே உருவாக்குகிறான்

462 **रात्रि चारणं न कुयति।**

இரவு நேரத்தில் தேவையில்லாமல் சுற்றக்கூடாது

463 **न चार्ध रात्रं स्वपेत।**

நடு இரவில் தூங்கச் செல்வது நல்லதல்ல

464 **तद्विद्वदिम परीक्षेत।**

இந்த பிரபஞசத்தின் ஆதாரத்தை பற்றி அறிவாளிகளிடம் அலோசிக்க வேண்டும்.

465 **पर गृहं कारण न प्रविशेत्।**

சரியான காரணமில்லாமல் பிறரின் வீட்டில் நுழையக்கூடாது

466 **ज्ञात्वापि दोषमेव करोति लोक:।**

மக்கள் தெரிந்தே குற்றம் செய்வார்கள்

467 **शास्त्रप्रधाना लोकवृत्ति:।**

சமூக நடத்தை கடவுளைப் பற்றிய ஞானத்தால் வழி நடத்தப்படுகிறது.

468 **शास्त्राभावे शिष्टाचारमनुगच्छेत्।**

தெய்வீக ஞானம் இல்லையென்றால் நல்ல குணங்கள் இருக்காது

469 **न। चरिताच्छास्त्रां गरीय:।**

சமூக நடத்தை தெய்வீக ஞாணத்தை விட சிறந்தது

470 **दूरस्थमपि चारचक्षु: पश्यति राजा।**

ஒரு அரசன் தொலைவில் நடக்கும் விஷயங்களை அறிய தன் அறிவு மற்றும் ஒற்றர்களை பயன்படுத்துவான்

471 **गतानुगतिको लोको।**

ஒருவனது நடத்தை பிறரின் நடத்தையை பொறுத்து இருக்கும்

472 **यमनुजीवेत्तं नापवदेत्।**

ஒருவன் தான் சார்ந்திருப்பவர்களைப்பற்றி அவதூறு பேசக்கூடாது

473 **तप: सार: इन्द्रियनिग्रह:।**

புலன்களை அடக்குவதுதான் முக்தியடைவதன் சாரம்சம்

474 **दुर्लभ: स्त्रीबन्धनान्मोक्ष:।**

காதலில் விழுந்துவிட்ட ஒருவனுக்கு விமோசனம் கிடைகாது. பெண்களிடம் கலப்பதால் மட்டும் ஒருவனுக்கு சொர்க்கம்

கிடைக்காது

475 **स्त्रीनामं सर्वाशुभानां क्षेत्रम्**

பெண்கள் தீயவைகளின் வேர்

476 **न च स्त्रीणां पुरुष परीक्षा।**

ஒரு பெண்ணால் ஆணின் பண்புகளை மதிப்பீடு செய்ய முடியாது

477 **स्त्रीणां मनः क्षणिकम्।**

பெண்கள் நிலையற்ற மனம் கொண்டவர்கள்

478 **अशुभ द्वेषिणः स्त्रीषु न प्रसक्ता।**

தீய பழக்கங்களிலிருந்து விலகி இருக்கும் ஒருவன் பெண்களின் வலையில் விழமாட்டான்

479 **यशफलज्ञास्त्रिवेदविदः।**

நான்கு வேதங்களும் அறிந்த மக்கள் நெருப்பில் பலி கொடுப்பதை பற்றி அறிந்திருப்பார்கள்

480 **स्वर्गस्थानं न शाश्वततं यावत्पुण्य फलम्।**

அனைவருக்கும் சொர்க்கம் கிடைப்பதில்லை

481 **न च स्वर्ग पतनात्परं दुःखम्।**

சொர்க்கத்திலிருந்து வெளியேற்றப்பட்டால் ஒருவனுக்கு மீளாத துயரத்தை அடைகிறான்.

482 **देही देहं त्यक्त्वा ऐन्द्रपदं न वाञ्छति।**

ஒரு மனிதனின் உடலை விட்டு சொர்க்கத்தின் உயர்ந்த இடத்தில் அமரக்கூட விரும்பமாட்டான்

483 **दुःखानामौषधं निर्वाणम्।**

உயிர் விடுதலையே அனைத்து துன்பங்களுக்கும் தீர்வாகும்

484 **अनार्यसम्बन्धाद् वरमार्यशत्रुता।**

ஒரு புத்திசாலியின் பகைவன் முட்டாள் நண்பனை விட மேல்

485 **निहन्ति दुर्वचनं कुलम्।**

விரும்பத்தகாத பேச்சுக்கள் குடும்பத்தை அழிக்கும்

486 **न पुत्रसंस्पर्शात् परं सुखम्।**

ஒருவனுக்கு தன் மகனை தொடுவதை விட வேறு மகிழச்சி எதுவுமில்லை

487 **विवादे धर्ममनुस्मरेत्।**

கருத்து மாறுபாடு வரும்போது ஒருவர் செய்த உதவியை நினைத்துபார்க்க வேண்டும்

488 **निशान्ते कार्यं चिन्तयेत्।**

பொழுது சாய்ந்தபின் அன்றைய நாள் வேலையை பற்றி சிந்திக்க வேண்டும்

489 **प्रदोषे न संयोगः कर्तव्यः।**

அதிகாலையில் நம் காமசெயலில் ஈடுபடக்கூடாது

490 **उपस्थित विनाशो दुर्नयं मन्यते।**

அழிவை சந்திப்பவன் தனக்கு அநீதி நடந்துவிட்டதாக நினைக்கிறான்

491 **क्षीरार्थिनः किं करिष्यः।**

ஒரு மனிதன் பால் வேணடும் என்று விரும்பினால் பெண் யானையை வைத்துகொண்டு என்ன செய்யமுடியும்

492 **न दानसमं वश्यं वश्यम।**

தர்மம் செய்வது சிறந்த பலன் தரும்

493 **पराय तेषूत्कण्ठा न कुर्यात्।**

அடுத்தவர் கையில் சென்றுவிட்ட பொருளுக்காக நாம் பொறுமையிழக்க கூடாது

494 **असत्समृद्धिरसद्भिरेव भुज्येत।**

தீய மனிதர்கள்தான் தீய வழியில் வந்த பணத்தை மகிழ்ச்சியுடன் அனுபவிப்பார்கள்

495 **निम्बफलं काकैरेव भुज्यते।**

வேப்பம் பழத்தை காகங்கள்தான் உண்ணும்

496 **नाम्भोधिस्तृष्णामपोहति।**

கடல் நமது தாகத்தை தீர்க்காது

497 **बालुका अपि स्वगुणमाश्रयन्ते।**

மணல் கூட அதன் தன்மையை பின்பற்றும்

498 **सन्तोऽसत्सु न रमन्ते।**

புனிதமான மனிதர்கள் தீய மனிதர்களின் சகவாசத்தை விரும்புவார்கள்

499 न हंसः प्रेतवने रमन्ते।

அன்னங்கள் சுடுகாட்டில் மகிழ்ச்சியுடன் இருக்காது

500 **अर्थार्थं प्रवर्तते लोकः।**

பணம் ஒருவனை மாற்றிவிடும்

501 **आशया बध्यते लोकः।**

நம்பிக்கை இந்த உலகத்தை ஒன்றாக வைத்திருக்கிறது

502 **न चाशापरैः श्री सह तिष्ठति।**

நம்பிக்கை மட்டும் வைத்திருக்கும் மனிதனிடம் செல்வம் இருப்பதில்லை

503 **आशापरे न धैर्यम्।**

மிகுதியான நம்பிக்கை இருந்தால் மட்டுமே பொறுமையை வளர்த்துக் கொள்ள முடியாது

504 **दैन्यान्मरणमुत्तमम्।**

ஏழ்மையை விட மரணமே மேல்

505 **आशा लज्जां व्यपोहति।**

தயக்கத்தை நம்பிக்கை மூலம் தூக்கியெறிய முடியும்

506 **न मात्रा सह वासः कर्तव्यः।**

நாம் நம் தாயுடன் கூட தனியாக இருக்கக் கூடாது

507 **आत्मा न स्तोत्वयः।**

தற்புகழ்ச்சியை தவிர்க்க வேண்டும்

508 **न दिवा स्वप्नं कुर्यात्।**

ஒருவன் பகலில் தூங்க கூடாது

509 **न चासन्नमपि पश्येत्यैश्वर्यान्ध न ऋणोतीष्टं वाक्यम्।**

ஒருவன் கண்களை பணம் மறைக்கும் போது அவன் படித்தவர்களின் கருத்தைக் கூட கேட்க மாட்டான்

510 **स्त्रीणां न भर्तुः परं दैवतम्।**

பெண்களுக்கு அவர்களின் கணவன் தான் தெய்வம்

511 **तदनुवर्तनमुभयसुखम्।**

கணவனுக்கு ஏற்றவாறு நடந்துகொள்ளும் மனைவியால் இருவருக்கும் மகிழ்ச்சி கிடைக்கும்

512 .अतिथिमभ्यागतं पूजये यथाविधिः।

ஒரு விருந்தினரை மிகவும் மரியாதையுடன் நடத்த வேண்டும்

513 नास्ति हव्यस्य व्याघातः।

வேண்டுதலுக்காக பொருள்களை நெருப்பில் பலி கொடுப்பது எப்போதும் வீணாவதில்லை

514 शत्रुर्मित्रवत् प्रतिभाति।

நமது புத்திகெட்டுப் போகும் போது நம் பகைவன் கூட நமக்கு நண்பன் போல தெரிகிறான்

515 मृगतृष्णा जलवत् भाति।

ஒரு பேராசைக்காரனுக்கு பாலைவனத்தில் உள்ள மணல் கூட தண்ணீர் போல் தெரியும்

516 दुर्मेधसामसच्छास्त्रं मोहयति।

சோம்பேறித்தனத்தை பற்றிக்கூறும் புத்தகத்தை முட்டாள்கள் விரும்புவார்கள்

517 सत्संगः स्वर्गवासः।

நல்ல மனிதர்களின் சகவாசம் சொர்கத்தில் இருப்பது போன்றது

518 आर्यः स्वमिव परं मन्यते।

உயர்ந்த மனிதர்கள் அனைவரையும் சமமாக பார்ப்பார்கள்

519 रूपानुवर्ती गुणः।

நல்ல பண்புகள் ஒருவனின் தனித்தன்மையை பொறுத்தது

520 यत्र सुखेन वर्तते देव स्थानम्।

எங்கு ஒருவனுக்கு மகிழ்ச்சி கிடைக்கிறதோ அந்த இடம் அவனுக்கு தகுந்த இடம்

521 विश्वासघातिनो न निष्कृतिः।

துரோகம் செய்யும் மனிதனுக்கு முக்தி / விடுதலை கிடைக்காது

522 दैवायत्तं न शोचयेत।

துன்பம் வரும் போது நாம் வருந்தக்கூடாது

523 आश्रित दुःखमात्मन इव मन्यते साधुः।

நல்ல மனிதர்கள் பிறரின் துன்பத்தை தன் துன்பம் போல கருதுவர்

524 हृद्गतमाच्छाद्यान्यद् वदत्यनार्यः।

ஒரு தீய மனிதன் தன் இதயத்தில் இருப்பதற்கு மாறான் சொற்களைத்தான் கூறுவான்

525 बुद्धिहीनः पिशाच तुल्यः।

ஒரு முட்டாள் தீய சக்தி போன்றவன்

526 असहायः पथि न गच्छेत्।

ஒரு வழியில் யாரும் தனியாக நடந்து செல்லக்கூடாது

527 पुत्रो न स्तोतव्यः।

ஒரு மகனை வணங்கக்கூடாது

528 स्वामी स्तोतव्योऽनुजीविभिः।

ஒரு முதலாளி தன் தொழிலாளிகளால் புகழப்பட வேண்டும்

529 धर्मकृत्येष्वपि स्वामिन एवं घोषयेत्।

புனிதமான பணியில் கூட அதன் பலனை அந்த பணியின் தலைவனுக்கு தான் கொடுக்கவேண்டும்.

530 राजाज्ञां नातिलंघेत्।

அரசனின் கட்டளையை மீறக்கூடாது

531 यथाऽऽज्ञप्तं तथा कुर्यात्।

ஒரு பணி ஒழுங்கான முறையில் செய்யப்பட வேண்டும்

532 नास्ति बुद्धिमतां शत्रुः।

அறிவாளிகளுக்கு பகைவர்கள் இல்லை

533 आत्मछिद्रं न प्रकाशयेत्।

உங்கள் இரகசியத்தை யாரிடமும் வெளிப்படுத்தக் கூடாது

534 क्षमानेव सर्वं साधयति।

பிறரை மன்னிக்கும் மனிதன் போற்றப்படுகிறான்

535 आपदर्थं धनं रक्षेत्।

நமது பணத்தை கடினமான காலத்துக்காக சேர்க்க வேண்டும்

536 साहसवतां प्रियं कर्तव्यम्।

வீரமான மனிதர்களுக்கு செய்யும் தொழிலே தெய்வம்

537 श्व कार्यमद्य कुर्वीत्।

இன்றைய பணியை நாளைக்கு ஒத்திவைக்க கூடாது

538 **आपराह्निकं पूर्वाहत एवं कर्तव्यम्।**

காலையில் செய்ய வேண்டிய பணியை மதியத்துக்கு ஒத்தி வைக்க கூடாது

539 **व्यवहारानुलोभो धर्मः।**

மதம் என்பது சமூக நடத்தையை அடிப்படையாக கொண்டது

540 **सर्वज्ञता लोकज्ञता।**

உலக சங்கதிகளில் அனுபவம் உள்ளவர்களுக்கு இந்த பிரபஞ்சத்தின் சங்கதி தெரியும்

541 **शास्त्रोऽपि लोकज्ञो मूर्ख तुल्यः।**

தெய்வீக ஞானம் உள்ள ஒருவனுக்கு உலக ஞானம் இல்லையென்றால் அவன் முட்டாளக கருதப்படுவான்

542 .**शास्त्र प्रयोजनं तत्त्व दर्शनम्।**

தெய்வீக ஞானம் நோக்கம் யாதெனில் அனைத்து பொருட்களையும் பற்றிய உண்மையான அறிவை பெறுவதுதான்

543 **तत्त्वज्ञानं कार्यमेव प्रकाशयति।**

நாம் செய்யும் தொழில் நமக்கு தெய்வீக ஞானத்தை போதிக்கும்

544 **व्यवहारे पक्षपाते न कार्यः।**

ஒருவன் தன் நடத்தையில் பாரபட்சம் காட்டக்கூடாது

545 **व्यवहारे पक्षपाते न कार्यः।**

நன்நடத்தை மதத்தைவிட உயர்ந்தது

546 **आत्मा हि व्यवहारस्य साक्षी।**

ஒருவனின் நடத்தைக்கு அவன் ஆன்மா சாட்சியாக இருக்கிறது

547 **सर्वसाक्षी ह्यात्मा।**

ஆன்மா அழிவதில்லை (எங்கும் உள்ளது)

548 **न स्यात् कूटसाक्षी।**

பொய் சாட்சியாக இருக்கக் கூடாது

549 **कूटसाक्षिणो नरके पतन्ति।**

பொய் சாட்சி கூறுபவன் நரகத்துக்கு செல்வான்

550 **प्रच्छन्नपापानां साक्षिणो महाभूतानि।**

இரகசியமாக செய்யும் காரியங்கள் பஞ்ச பூதங்களால் மதிப்பீடு

செய்யப்படுகிறது, நிலம், காற்று, நீர், நெருப்பு மற்றும் ஆகாயம்

551 **आत्मनः पापमात्मैव प्रकाशयति।**

உங்கள் மனசாட்சி நீங்கள் செய்த பாவங்களை உங்களுக்கு உணர்த்தும்

552 **व्यवहारेऽन्तर्गतमाचारः सूचयति।**

ஒருவனின் குணத்தை அவன் நடத்தையைக் கொண்டு மதிப்பிடலாம்

553 **आकारसंवरणं देवानामशक्यम्।**

ஒருவனின் நடத்தையை அவன் முகபாவங்கள் காட்டிக் கொடுக்கும்

554 **चोर राजपुरुषेभ्यो दित्तं रक्षते।**

உங்கள் சொத்தை செல்வந்தன் மற்றும் திருடனிடமிருந்து பாதுகாக்க வேண்டும்

555 **दुर्दर्शना हि राजानः प्रजाः नाशयन्ति।**

தன் மக்களைப் பற்றி கவலைப்படாத அரசன் அவர்கள் அழிவுக்கு காரணமாகிறான்

556 **सुदर्शना हि राजानः प्रजाः रञ्जयन्ति।**

தன் மக்களைப் பற்றி கவலைப்படும் அரசன் அவர்களை மகிழ்ச்சியாக வைத்திருக்கிறான்

557 **न्याययुक्तं राजानं मातरं मन्यते प्रजाः।**

நேர்மையான அரசனை அவன் மக்கள் ஒரு தாயை போல கருதுவர்

558 **तादृशः स राजा इह सुखं ततः स्वर्गमाप्नोति।**

தன் மக்களை பற்றி அக்கறைப்படும் அரசன் இந்த உலக சுகத்தை அனுபவித்து, இறந்த பின் சொர்கத்துக்கு செல்கிறான்

559 **अहिंसा लक्षणो धर्मः।**

அகிம்சை ஒரு மதத்தின் முக்கிய அம்சமாகும்

560 **शरीराणाम् एव पर शरीरं मन्यते साधुः।**

புனிதமான மனிதர்களை தங்கள் உடலைக் கூட பிறரின் நலனுக்காக அர்பணிப்பார்கள்

561 मांसभक्षणमयुक्तं सर्वेषाम्।

மாமிசம் உண்பது தவறு

562 न संसार भयं ज्ञानवताम्।

படித்த மக்களுக்கு இந்த உலகைக் கண்டு அச்சமில்லை

563 विज्ञान दीपेन संसार भयं निवर्तते।

உலகத்தைப் பற்றிய அச்சம் அறிவியல் என்ற ஒளியால் விரட்டப்படும்

564 सर्वमनित्यं भवति।

எதுவும் நிலையானதல்ல

565 कृमिशकृन्मूत्रभाजनं शरीरं पुण्यपपजन्महेतुः।

புண்ணியங்களும், பாவங்களும் மனித உடலால் செய்யப்படுகின்றன. அதனால் நம் உடல் மீது அதிகமான பற்று வைக்க கூடாது

566 जन्ममरणादिषु दुःखमेव।

பிறக்கும் போதும், இறக்கம் போதும் வலி இருக்கும்

567 सतेभ्यस्तुर्तु प्रयतेत।

ஒருவன் பிறப்பு, இறப்பு என்ற சுழற்சியிலிருந்து விடுபட முயற்சி செய்யவேண்டும்

568 तपसा स्वर्गमाप्नोति।

ஒருவன் புண்ணிய காரியங்கள் செய்வதால்தான் சொர்கத்துக்கு செல்ல முடியும்

569 क्षमायुक्तस्य तपो विवर्धते।

பிறரை மன்னிப்பதன் மூலம் ஒருவன் நற்குணத்தை அதிகரிக்க முடியும்.

570 सक्ष्मात् सर्वेषां कार्यसिद्धिर्भवति।

மன்னிக்கும் குணம் கொண்ட ஒருவன் எந்த துறையிலும் வெற்றியடைவான்.

SELF HELP

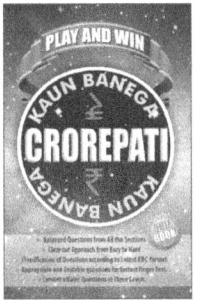

DIAMOND BOOKS X-30, Okhla Industrial Area, Phase-II New Delhi-110020
Tel : 0 11-40712200 email : sales@dpb.in
Shop online at www.diamondbook.in